अनुक्रमणिका

Mehta Publishing House, Pune 411030.

✆ +91 020-24476924 / 24460313

Email : production@mehtapublishinghouse.com

Website : www.mehtapublishinghouse.com

आपण प्रार्थना का करत नाही?

खूप वर्षांपूर्वी मी एक कथा वाचली होती. ती माझ्या मनावर कायमची बिंबली. 'प्रत्येकाचे शहर' नावाची ती कथा आहे.

एक प्रवासी एका नवख्या शहरात आला. तो रेल्वेतून उतरला तेव्हा समोरचं दृश्य पाहून त्याला फार आश्चर्य वाटलं. रेल्वे फलाटावरील लोकांपैकी कोणीही पायात बूट घातलेले नव्हते. प्रवासी, कर्मचारी, अगदी रेल्वे अधिकारीदेखील अनवाणी होते.

त्या माणसाच्या मनात विचार आला की, कदाचित रेल्वे फलाटावर पादत्राणं घालण्यास मनाई असेल.

आणि तो माणूस रेल्वेस्थानकातून बाहेर आला आणि त्यानं टॅक्सी पडकली. टॅक्सी चालकही अनवाणी होता.

त्या माणसानं टॅक्सी चालकाला आश्चर्यानं विचारलं, "तुम्ही बूट का घातले नाहीत?"

"खरंच, मी बूट का घातले नाहीत?" टॅक्सीवाल्यानं प्रश्नाचीच पुनरावृत्ती केली.

तो माणूस टॅक्सीतून उतरल्यावर हिमवर्षाव सुरू झाला. चपला,

बूट न घालता लोक बर्फावरून आरामात चालले होते.

जवळून जाणाऱ्या एका अपरिचित माणसाला त्यानं विचारलं, "बूट किती उपयोगी असतात हे तुम्हाला माहिती नाही का? इतक्या कडाक्याच्या थंडीतही तुम्ही बूट का घालत नाही?

"तेच तर! मी बूट का घालत नाही?" त्या अनोळखी माणसानं पुनरावृत्ती केली.

उत्सुकता अधिकच वाढून त्या प्रवाशानं त्याला भेटलेल्या दुसऱ्या इसमाला विचारलं, "तुमच्या शहरात बूट तयार करून त्यांचा पुरवठा करणारा कारखाना नाही का?"

"हो, आहे की!" माणूस उत्तरला.

"मग तुमच्यापैकी कोणीच बूट का घालत नाहीत?"

"इथं तयार होत असलेली सर्व पादत्राणं आम्ही निर्यात करतो. आमच्या बाबतीत म्हणाल तर आम्ही बूट का घालत नाही?" तो माणूस म्हणाला.

'प्रार्थना' या प्रत्येकाचे शहर या शहरातल्या पादत्राणांप्रमाणे आहेत.

प्रत्येकाला प्रार्थनेचं मूल्य कळतं. प्रार्थना करणं चांगलं आहे, हेही सर्वांना कळतं; तरीपण आम्ही प्रार्थना का करत नाही?

आपल्यापैकी अनेकांची अवस्था पाहून मला ही कथा आठवली. आपल्या प्रत्येकाला प्रार्थनेची किंमत कळते, प्रार्थना करणं चांगलं हेही समजतं मग आपण प्रार्थना का करत नाही? प्रार्थना म्हणजे काय

हेही आपल्याला समजतं, प्रार्थनेचं सामर्थ्य आपण जाणतो, प्रार्थना किती शक्तिशाली आहे तेही माहीत असते.

हे जग ज्याची स्वप्नं पाहतं त्याहीपेक्षा अधिक गोष्टी प्रार्थनेने आकाराला येऊ शकतात. टेनिसनच्या शब्दात सांगायचं तर...

आपण प्रार्थना का करत नाही? हा खरा प्रश्न आहे. खरंच आपण प्रार्थना का करत नाही? जेव्हा आपण संकटात असतो, जेव्हा आपल्यावर काही प्रचंड दडपण असतं, आपण ताण-तणावात असतो, आपण प्रतिकूल परिस्थितीनं घेरलेले असतो, जेव्हा सगळीकडे भयाण अंधार असतो आणि एकही तारा चमकताना दिसत नाही, जेव्हा आपण अशा असाध्य रोगाने ग्रासलेले असतो, जिथे डॉक्टरी उपायही थकतात, जेव्हा आपण आर्थिक संकटात व दिवाळखोरीच्या काठावर उभे असतो, वैयक्तिक नातेसंबंधांच्या समस्येत गुरफटले जातो, अशा वेळी आपण काय करतो? अशा वेळी आपण मित्रांना बोलावतो, नातेवाइकांकडे धाव घेतो, वकिलाकडे जातो, डॉक्टरांकडे जातो, सरकारी अधिकारी किंवा पोलिस अधिकाऱ्याकडे धाव घेतो; मात्र आपण ईश्वराकडे जात नाही. प्रश्न असा आहे की, आपण प्रार्थना का करत नाही?

एक काळ असा होता जेव्हा फक्त निरक्षर स्त्रिया, स्वप्नाळू वृत्तीचे लोक, कवी, उपदेशक, पुजारी यांनाच प्रार्थनेत रस होता. मात्र सुशिक्षित, विद्वान, तर्कशुद्ध विचारसरणी असलेल्या बुद्धिमान समजल्या जाणाऱ्या लोकांचा प्रार्थनेवर विश्वास नव्हता.

काही दशकांपूर्वी, एका प्रसिद्ध व प्रमुख चर्चच्या नियतकालिकाने एका मृत्यूलेखात प्रार्थनेविषयी पुढील मजकूर प्रकाशित केला,

'नुकताच श्रीमती 'प्रेयर मीटिंग' (प्रार्थना सभा) यांचा सर्वांत दुर्लक्षित चर्चमध्ये मृत्यू झाला. मागील बऱ्याच वर्षांपासून भगिनी 'प्रार्थना सभा' यांची प्रकृती हळूहळू ढासळत होती. गुडघ्यांची ताठरता, हृदयाची भावशून्यता, निष्क्रियता आणि उद्देशाची क्षीणता यामुळे त्या असाहाय्य झाल्या होत्या. त्यांच्या शवविच्छेदनात असं दिसून आलं की, अध्यात्मज्ञानाच्या पोषणाचा अभाव, श्रद्धेची उणीव त्याचबरोबर धर्माबद्दल उदासीनता ही सर्व ह्या स्थितीची कारणे आहेत. त्यांच्या मृत्यूसमयी फारच थोडे लोक दुःख व्यक्त करण्यासाठी व त्यांच्या भूतकाळ व सौंदर्याच्या स्मृतींमुळे अश्रू ढाळण्यासाठी उपस्थित होते.'

थोर संख्याशास्त्रज्ञ बॅबसन एकदा म्हणाले- सर्वांत मोठा पण न वापरला गेलेला असा जगाच्या प्रगतीचा मार्ग आहे 'श्रद्धा' आणि सर्वांत मोठी न वापरलेली शक्ती म्हणजे 'प्रार्थना.' हे सत्य आहे की, प्रार्थनेत प्रचंड ऊर्जा आहे. पण हाय! ती न वापरली जाणारी शक्ती आहे. इथेही परत तोच प्रश्न - आपण प्रार्थना का करत नाही?

नोबेल पारितोषिक विजेते, थोर शास्त्रज्ञ डॉ. अलेक्सिस कॅरेल यांनी 'द ह्युमन डेस्टिनी' हे अप्रतिम पुस्तक लिहिलं. त्यांच्या विचारांनुसार - ह्या पुस्तकात ते म्हणतात की, "प्रार्थना ही सर्वांत बलशाली शक्ती आहे. जी कोणीही निर्माण करू शकतो." ते आम्हाला सांगतात की, "आण्विक शक्तीपेक्षा प्रार्थनेची अध्यात्मिक

शक्ती कितीतरी जास्त आहे.'' डॉ. करेल पुढे असंही म्हणतात की, ''लोक प्रार्थना करायला विसरले आहेत, म्हणूनच आजचं जग विनाशाच्या काठावर उभं आहे.''

मेरी क्यूरी यांचे पती पिएर क्यूरी हेसुद्धा नोबेल पुरस्काराचे मानकरी होते. ते एक दिवस प्रयोगशाळेत दुर्बिणीत पाहत वाकून उभे होते व निरीक्षणात मग्न होते. त्यावेळी एक विद्यार्थी त्या दालनात आला व एका थोर शास्त्रज्ञाचे खाली झुकलेले मस्तक पाहून त्याला वाटले की, ते प्रार्थना करत आहेत, म्हणून तो प्रयोगशाळेतून बाहेर जाऊ लागला. डॉ. क्यूरी यांचे त्याच्याकडे लक्ष गेले. ते त्याला म्हणाले, ''तू का जातोयस? तुला इथं काही हवंय का?'' विद्यार्थी म्हणाला, ''तुमच्या कामात व्यत्यय आणल्याबद्दल मला खेद होतो. मला वाटलं तुम्ही प्रार्थना करत आहात.''

डॉ. क्यूरी त्याला म्हणाले, ''बेटा, मी प्रार्थनाच करत होतो. सर्व अध्ययन, विज्ञान, संशोधन ही प्रार्थनाच आहे. अशी प्रार्थना ज्यातून परमेश्वर माणसाला अनादी, अनंत विश्वाची चिरंतन रहस्यं उलगडून दाखवेल.''

एफ. बी. आय. (अमेरिकेतील सुप्रसिद्ध गुप्तहेर संस्था) चे माजी मुख्य अधिकारी आपल्याला सांगतात की, ''प्रार्थना करत असलेल्या राष्ट्राचे दृश्य हे अणुबॉंब स्फोटापेक्षाही जास्त दरारा निर्माण करणारे असते.'' प्रार्थनेची शक्ती ही कोणत्याही संभाव्य मानवनिर्मित किंवा मानवनियंत्रित शक्तींपेक्षा जास्त आहे. कारण परमेश्वराच्या अनादी

अनंत, शक्तीपर्यंत जाण्याचे ते सर्वांत मोठं साधन आहे.

परमेश्वराची दया आणि शक्ती ह्यांना प्रार्थनेद्वारे आवाहन करणं हा सर्वांत परिणामकारक मार्ग आहे. पृथ्वीवरील अन्यायपीडित, असाहाय्य लोकांना शांती आणि सुरक्षिततेची हमी देतो.

जगातील एक सुप्रसिद्ध, सर्वश्रेष्ठ वैज्ञानिक आयझॅक न्यूटन जसे वैज्ञानिक होते, तसेच एक उपासकही होते. त्यांनी प्रार्थनेच्या शक्तीबद्दल अशी साक्ष दिली की, 'मी माझ्या दुर्बिणीतून अंतराळात लक्षावधी मैल दूरवरचे पाहू शकतो; पण मी माझी दुर्बिण बाजूला ठेवून माझ्या खोलीत जाऊन दार बंद करून, गुडघ्यावर वाकून गंभीरपणे व अनन्यशरण भावाने प्रार्थना करतो, दुर्बिण किंवा इतर पृथ्वीवरील भौतिक साधनांच्या साहाय्याने जे दिसते, त्यापेक्षा मी जास्त स्वर्ग पाहतो, ईश्वराच्या अधिक जवळ जातो.'

प्रार्थनेबद्दलची ही प्रचीती प्रतिथयश अशा शास्त्रज्ञांनी दिलेली आहे. तरीसुद्धा आपल्यापैकी अनेकजण खरोखर प्रार्थना करत नाहीत. आपण प्रार्थना किंवा उपासना का करत नाही?

मी जेव्हा तीर्थयात्रेसाठी प्रवास करतो, तेव्हा भेटणाऱ्या लोकांपुढे मी हा प्रश्न ठेवतो, "आम्ही ताण-तणावपूर्ण विश्वात वावरतो. आमचं हे युग काळजी, चिंतांनी भरलेलं आहे. आमच्या अंतःकरणात खूप दुःखं, अनेक चिंता व प्रचंड भीती आहे. आम्हाला श्वास घ्यायला सवड नाही, तर मग आम्ही प्रार्थनेसाठी वेळ कसा काढणार?"

एका संताने त्याच्या अतिशय व्यग्र व मोठ्या पदावर अधिकारी

असलेल्या शिष्याला त्यांच्यासह दैनंदिन सत्संगात सहभागी होऊन प्रार्थना करण्यासाठी बोलावलं.

तो माणूस म्हणाला, "तसं करण्याची माझी इच्छा आहे, पण समस्या अशी आहे - मी याक्षणी कामात फार व्यस्त आहे."

"डोळ्यांवर पट्टी बांधून जंगलात फिरणाऱ्या माणसाची तू मला आठवण करून देतोस." संत त्याला म्हणाले.

तो म्हणतो "मी कामात इतका व्यस्त आहे की, डोळ्यांवरील पट्टी बाजूला करायलाही मला वेळ नाही."

अधिकारी वेळेची सबब पुढे करताच तो संत महात्मा म्हणाला. "वेळ नसल्यानं माणूस प्रार्थना करत नाही असा विचार करणे ही केवढी भयंकर चूक आहे?"

माझ्या मित्रांनो, तुम्हाला बाकी सर्व गोष्टींसाठी वेळ मिळतो. तुम्ही तुमच्या धंदा-व्यवसायाकडे नीट लक्ष देता. तुम्ही मित्र नातेवाइकांसाठी वेळ काढता. पार्ट्या, सहली, चित्रपट इ. साठी तुम्ही वेळ राखून ठेवता. मग तुम्ही तुमच्या व्यस्त दिनक्रमातून शांतपणे देवाजवळ बसून त्याच्याशी संवाद साधण्यासाठी पंधरा मिनिटंसुद्धा काढू शकत नाही; हे कसं काय?

आज प्रत्येकजण पैसे कमावण्यात गुंग आहे. लाखो, करोडो, अब्ज)ववधी लोक पैशाचाच विचार करतात. मात्र एक दिवस आपल्याला हे जग सोडून जावंच लागतं. हे जग सोडून दुसऱ्या विश्वात जाताना तुम्ही कमावलेले लाखो रुपये तुम्ही तुमच्याबरोबर नेऊ शकत नाही.

दररोज पूर्वेला सूर्य उगवला की, नवा दिवस सुरू होतो आणि 'तो' दिवस झपाट्याने जवळ येतो. जेव्हा सर्व पाठीमागे सोडून जायचे आहे; तेव्हा आम्ही कमावलेले लाखो रुपयेच नाही, तर आमचे निकटवर्तीय, प्रियजन, कुटुंबीय, मित्र, नातेवाईक, आमचं स्थान, आमच्या मालकीचं सर्वकाही, आमची सत्ता हे सर्व आम्हाला इथंच मागं सोडून जावं लागतं. त्या शेवटच्या दिवशी आपण आपल्याबरोबर काय नेणार आहोत? आपण अटळ प्रवासाला निघू तेव्हा यापैकी आपल्याबरोबर काय येईल?

दुनिचंद नावाचे लाहोर शहरामधील सर्वांत श्रीमंत असामी होते. त्यांच्याजवळ एक लाख रुपये जमले की, प्रत्येक नव्या लाखासाठी ते त्यांच्या घराच्या छतावर एक झेंडा लावत. लाहोरमधील त्यांच्या घरावर पुष्कळ झेंडे फडकत असत, जे त्यांच्या संपत्तीविषयी सांगत असत.

प्रार्थनेचे मर्म व्यक्त करणाऱ्या या काही कथा आहेत-

एक दिवस गुरु नानक दुनिचंदला म्हणाले, "माझ्यावर थोडे उपकार करशील का?"

"महाराज, मी तुमच्यासाठी करणार नाही असे काय आहे?" दुनिचंद मोठ्या नम्रतेनं व आदरानं म्हणाला. "तुम्ही फक्त आज्ञा करा, तुमचा हा सेवक आज्ञापालन करण्यास तत्पर असेल."

गुरु नानक त्याला म्हणाले, "मी तुला ही एक सुई देतो. आपण जेव्हा दुसऱ्या विश्वात भेटू तेव्हा ती मला परत करण्यासाठी तुझ्याजवळ

सुरक्षित ठेव.''

दुनिचंद म्हणाला, ''ते मी माझे सद्‌भाग्य समजेन.''

ती सुई घेऊन दुनिचंद पत्नीकडे गेला. त्याने पत्नीला सूचना दिली की, ''गुरु महाराजांनी ही सुई सुरक्षित ठेवण्यासाठी व दुसऱ्या विश्वात त्यांना परत करण्यासाठी माझ्याजवळ दिली आहे.''

गुरुंनी सोपवलेल्या कामातील ध्वन्यर्थ दुनिचंदच्या लक्षातच आला नाही. पण त्याची पत्नी म्हणाली, ''तुम्हाला काय झालंय? अहो, तुमच्या थोर गुरु महाराजांना दुसऱ्या विश्वात भेटाल, तेव्हा त्यांना परत करण्यासाठी तुम्ही ही सुई तुमच्याबरोबर कशी नेऊ शकाल?''

हा अर्थ लक्षात आल्यावर दुनिचंद म्हणाला, ''खरंच, मी ही सुई माझ्याबरोबर कशी नेऊ शकेन? मी तर माझ्याबरोबर काहीच नेऊ शकणार नाही. माझं शरीर, माझे हात इथं राहतील. माझ्यासोबत ही सुई मी कशी नेऊ शकेन?''

दुनिचंद तत्काळ गुरुनानकांकडे गेला व त्यांना म्हणाला, ''महाराज, तुम्ही मला जे काम सांगितलंत, ते मनुष्यप्राण्याला करता येणं अशक्य आहे, ही सुई माझ्याबरोबर नेऊन दुसऱ्या विश्वात मी ती तुम्हाला कशी देऊ शकेन?''

दुनिचंदच्या अंतरात्म्याला स्पर्श करणारा दृष्टिक्षेप गुरुनानकांनी त्याच्यावर टाकला व ते त्याला म्हणाले, ''ही जी एक लहानशी सुई तू तुझ्याबरोबर नेऊ शकणार नाहीस, तर मग या लाखो रुपयांच्या

संपत्तीचा तुला काय उपयोग?''

दुनिचंद त्याच्या संपत्तीपेक्षाही मौल्यवान असा धडा शिकला.

महम्मद गझनी हे नाव एकेकाळी भारतात सर्वत्र दहशत पसरवत असे, जिथे कुठे तो जात असे तिथे लूटमार, लुबाडणे अपहरण करणे व हत्या करणे अशी कृत्ये करत असे. त्या काळी या देशातील मंदिरांच्या विश्वस्त निधीत अलोट संपत्ती असे. देवदेवतांच्या मूर्ती मौल्यवान धातूंच्या घडवलेल्या असत व त्या मौल्यवान रत्नांनी सजवलेल्या असत. महम्मद गजनी अशा मंदिरांचा शोध घेऊन त्यांची लूट करत असे. देवस्थानच्या धर्मगुरूंची व पुजाऱ्यांची हत्या करत असे. मंदिरे लुटत असे. तो इतका श्रीमंत होता की, त्याने लुटलेलं सोनं, चांदी, मौल्यवान रत्नं साठवण्यासाठी मोठमोठी गोदामं बांधली होती.

निसर्गनियमांनुसार सर्वांनाच मृत्यूला सामोरं जावं लागतं, तसाच त्याचा मृत्यूसमय आला, तेव्हा निर्दयपणे लूटमार करून, विजय संपादून मिळवलेल्या संपत्तीच्या राशींचा त्याला काहीच उपयोग नव्हता. तो केलेल्या असंख्य क्रूर कृत्यांच्या स्मृतींशी व असह्य वेदनांशी झुंजत मृत्यूशय्येवर पडला. लोभ, हाव, दहशत, हिंसा यासाठीच तो जगला. पृथ्वीवरील जीवनाच्या शेवटच्या घटकेच्या वेळी त्याने हस्तगत केलेली अलोट संपत्ती त्याला एक क्षणभरसुद्धा सुखशांती देऊ शकली नाही. त्याच्या या अत्यंत दु:खी अवस्थेनं निराश होऊन त्याने स्वत:ला जनानखान्यात न्यायला सांगितलं. ज्या

योगे तो त्यानं गुलाम केलेल्या स्त्रियांना पाहू शकला असता.

महम्मद गजनीला त्याच्या जनानखान्यात नेल्यावर त्या बटक्यांनी, गुलाम स्त्रियांनी तोंडं फिरवली, कारण त्याने त्यांना फितवून, पळवून आणलं होतं, त्यांचा विनयभंग केला होता.

नंतर त्यानं त्याला त्याच्या कोषागारात न्यायला सांगितलं. पण तिथंही त्यानं लुटून आणलेलं सोनं, चांदी, अमूल्य रत्नं त्याच्या त्रस्त आत्म्याला समाधान देऊ शकली नाहीत. शेवटी त्यानं त्याच्या सर्व मंत्र्यांना व सल्लागारांना जवळ बोलावलं व त्याच्यासारखं जीवन न जगण्याची सूचना पुढील शब्दांत दिली. ''जेव्हा मी मरेन तेव्हा माझी शवयात्रा दफनभूमीकडे नेताना माझे हात शवपेटिकेच्या बाहेर लोंबत राहू द्या. लोकांना कळू द्या की, मी अलोट संपत्ती याच हातांनी लुटली असली तरीसुद्धा हे जग सोडताना मला रिकाम्या हातानं जावं लागतं आहे.''

माणसाची ही शोकांतिका आहे की, तो संचय करत राहतो. मला भेटलेल्या धनिक लोकांना मी विचारतो, ''तुम्ही जमवलेल्या लाखो रुपयांच्या मालमत्तेचं तुम्ही काय करणार आहात?'' ते मला सांगतात, ''या गोष्टींचा विचार करण्याची ही वेळ नाही. सध्या आम्ही लाखो रुपये जमवण्यात व्यग्र आहोत. वेळ येईल तेव्हा हे लाखो रुपये कसे खर्च करायचे याचा आम्ही विचार करू.'' अरेरे, हीच मानवाची शोकांतिका आहे. त्याला वाटतं, आपल्याजवळ भरपूर वेळ आहे; पण अतिशय अकल्पित व अचानकपणे त्याच्यावर मृत्यूचा

घाला पडतो. सर्व काही मागे टाकून मनुष्य हे जग सोडून जातो. ज्या जगात प्रार्थनेशिवाय सर्वकाही करण्यासाठी त्याच्याजवळ वेळ असतो.

शिक्षकाने वर्गात विचारलं, "थोर रॉकेट फेलरने त्याच्यामागे किती संपत्ती ठेवली हे कोण सांगू शकेल?" मुलांनी खूप अंदाज वर्तवले. दहा लाख? पन्नास लाख? कदाचित एक कोटी डॉलर! शेवटी जगातील सर्वांत श्रीमंत माणसांपैकी तो एक होता. फक्त एका मुलाचे उत्तर वेगळे होते. तो म्हणाला, "रॉकेट फेलरने प्रत्येक सेंट त्याच्यामागे ठेवला."

किती सत्य आहे हे! एकदा तिथलं बोलवणं आलं की, या जगात ज्याला आपण आपला म्हणतो ती प्रत्येक गोष्ट इथेच मागे सोडावी लागते. आम्ही आमचे हातसुद्धा आमच्याबरोबर नेऊ शकत नाही.

तरीसुद्धा आम्ही प्रार्थना करत नाही. आमच्याजवळ अनेक गोष्टींसाठी भरपूर वेळ आहे. मात्र ईश्वराच्या चरणकमलांजवळ बसून शांततेनं त्याच्याशी तादात्म्य पावण्यासाठी, साधी प्रार्थना करण्यासाठी आम्ही थोडाही वेळ काढू शकत नाही.

आम्ही प्रार्थना न करण्याचं एक कारण असं की, आमच्या दृष्टीने देव सत्य नाही. आमच्यापैकी अनेकांच्या दृष्टीने ईश्वर कोणीतरी दूरचा, अपरिचित, अस्पष्ट अस्तित्वाचा, खूप दूरवरच्या ताऱ्यावर निवास करणारा असा आहे. मी अनेक लोकांना विचारतो, "ईश्वर कुठे निवास करतो?" ते उत्तरासाठी आपली बोटं स्वर्गाच्या दिशेनं वर

करतात. असा विचार करताना देवाचे स्थान आपल्या आवाक्याबाहेरचे आहे. ईश्वर उच्चतर स्वर्गलोकात राहतो हेही खरंच आहे, पण पृथ्वीवर असा एकही कानाकोपरा नाही की, जिथे ईश्वराचा निवास नाही.

मी जीझसचे स्वाभाविक गुण दाखवणाऱ्या विशेष शब्दांचे स्मरण करतो. हे शब्द नव्या कराराच्या चार ग्रंथांपैकी कोणत्याही एका ग्रंथात सापडलेले नाहीत, तर एका थोड्या प्रसिद्ध पुस्तकातील शब्द आहेत. आम्हाला सांगितले आहे की, जीझस म्हणत, 'ईश्वर स्वर्गात राहत नाही. तसं असतं तर पक्षी माणसांच्या आधी तिथे पोचले असते. तो खोल समुद्रात राहत नाही. कारण मग मासे माणसाच्या आधी त्याच्याकडे गेले असते. ईश्वर तुमच्यातच आहे, ईश्वरी साम्राज्य तुमच्या अंतरंगातच आहे.' अरेरे! आमच्यापैकी अनेकांना त्याचे अस्तित्व जाणवत नाही, हा दैवदुर्विलास होय. म्हणूनच तो अद्यापही आम्हाला सत्य वाटत नाही.

मेक्सिकोतील एका प्रसिद्ध चित्रकारानं एक सुंदर निसर्गचित्र रंगवलं. ते प्रेक्षकांना पाहण्यासाठी एका पंचतारांकित हॉटेलमध्ये ठेवलं. ते चित्र म्हणजे हिरव्या, दूरवर पसरलेल्या ग्रामीण भागाची, सुंदर फुलांची, दूरवरच्या जंगलाची अप्रतिम प्रतिमा होती. प्रशंसा करण्यासाठी खूप गर्दी झाली. कॅनव्हासच्या वरच्या टोकावर 'ईश्वर अस्तित्वात नाही' हे शब्द ठळक अक्षरात लिहिले होते.

दररोज त्या पेंटिंगचे कौतुक करणारी हजारो माणसे येत असत

त्या ‘नकारामुळे’ अनेकांना धक्का बसत असे किंवा ते उदास होत असत. पण ते तसं दाखवत मात्र नसत. त्या चित्राबरोबर ते सगळं किती विचित्र, विसंगत दिसत होतं!

एक दिवस तरुणांचा एक घोळका हॉटेलात आला. ते चित्र ज्या दालनात ठेवलं होतं तिथे ते तरुण आणलेल्या रंगाच्या बाटल्या व ब्रशेस घेऊन गेले व त्यांनी काम करण्यास सुरुवात केली. ते काय करत होते ते कुणालाच दिसत नव्हते. ते कुणी त्या अप्रतिम चित्राचा विनाश करणारे विध्वंसक तर नव्हते ना? ते पेंटिंग बदलत होते का खराब करत होते?

त्या तरुणांनी ते जे काही करत होते ते संपवलं आणि जितक्या घाईनं प्रवेश केला होता त्याच घाईनं निघून गेले, दालनात काय बदल केले हे पाहण्यासाठी लोकांची गर्दी आत घुसली. प्रथम कुठलाच दृश्य बदल त्या अप्रतिम चित्रात कुणालाच दिसला नाही. नकारयुक्त शब्द पूर्णपणे खोडलेले होते. फक्त एकच शब्द विजयी अस्तित्वाने राहिला होता (God) ‘परमेश्वर !’

गुण वाढवून आम्ही त्या श्रद्धेचं नूतनीकरण करायला हवं.

त्या टेनिसनने असं म्हटलं होतं, तो आमच्या श्वासोच्छ्वासापेक्षाही आमच्या अधिक निकट आहे. तो आपल्या हातापायांपेक्षाही जवळ आहे. ईश्वर आमच्या इतका निकट आहे, हा केवढा महान आशीर्वाद आहे! तो नेहमीच आम्हाला उपलब्ध असतो; दिवसा, रात्री कोणत्याही वेळी आम्ही त्याच्याजवळ जाऊ शकतो. त्यासाठी आम्हाला पूर्वनियोजित

वेळ ठरवावी लागत नाही. आम्ही आमच्या अंत:करणातील सर्वांत खोल दडलेली गुपितं न गोंधळता, काही राखून न ठेवता त्याला सांगू शकतो. इतर लोक आम्हाला हसतील, आपल्या काळजीला, भीतीला कमी लेखतील, आपल्याला पोरकट किंवा मूर्ख म्हणतील, आज आपल्याला सर्वांत जास्त कशाची गरज असेल तर परमेश्वर ह्या महान सत्याचा पुन्हा शोध घेण्याची, तो सत्य असण्याची! आपण त्याच्यावर असलेल्या श्रद्धेचं नूतनीकरण करायला हवं. पण आपण खात्री बाळगू शकतो की, ईश्वर आपल्याला समजून घेईल. त्याचं प्रेम म्हणजे समजून घेणं, त्याचं प्रेम म्हणजे संयम आणि क्षमा करणं! आपल्याला हवं, तेव्हा आपण त्याच्याकडे जाऊ शकतो. पण आपण त्याच्याजवळ जाण्याव्यतिरिक्त इतरत्र कुठेही जातो.

आपण ईश्वराला जाणलं पाहिजे, त्याच्या अधिक जवळ गेलं पाहिजे. त्याचप्रमाणे आपल्या रोजच्या जीवनात त्याचं अस्तित्व मानलं पाहिजे.

प्रार्थना म्हणजे काय?

आमच्यापैकी काहीजण रोज कोणतीतरी प्रार्थना म्हणतात. आपण प्रार्थना का करत नाही? 'जगभरातले लाखो ख्रिश्चन्स जीजसने त्यांना दिलेली प्रार्थना अर्पण करतात, तुझे नाव पवित्र आहे. आमचा पिता जो स्वर्गात राहतो...' हिंदू पुढील ओळी वारंवार म्हणतात- 'त्वमेव माता च पिता त्वमेव - तूच आमची माता, तूच आमचा पिता...' आपल्यापैकी अनेक जण शीख गुरुंनी शिकवलेली प्रार्थना सतत म्हणतात, 'तू माता पिता, हम बालक तेरे... तूच आमचा माता-पिता... आम्ही तुझी बालके.'

आम्ही शब्द म्हणतो यात काही संशय नाही. पण आम्ही आपल्या पित्याजवळ जातो तसे किती लोक ईश्वराजवळ जातात? आम्ही आमच्या मातेकडे जातो तसे कितीजण ईश्वराकडे जातात?

प्रसिद्ध स्कॉटिश उपदेशक जॉन मॅकनेल यांनी एकदा त्यांच्या व्यक्तिगत जीवनातील हृदय हेलावून सोडणारा प्रसंग सांगितला.

लहानगा मुलगा जॉन घरापासून खूप दूर कामाला गेला. त्याला रोज कामावर जाताना व कामावरून घरी येताना घनदाट अरण्य व

निर्मनुष्य अशी खोल अरुंद दरी पार करावी लागत असे. लोकांनी सांगितले की, त्या दरीत जंगली श्वापदे व कुप्रसिद्ध गुन्हेगार फिरतात. छोटा जॉनी रोज ती दरी पार करताना भीती व चिंतेने ग्रासलेला असे. त्याच्या मनावर सतत दडपण असे की, 'असं झालं तर काय... तसं झालं तर काय...?'

एक दिवस रात्री कामावरून घरी यायला त्याला फार उशीर झाला. दरीमध्ये भयाण काळोख पसरला होता. काळोखातून मार्गक्रमण करताना भीतीने त्याचं काळीज धडधडत होतं.

पावले त्याचा पाठलाग करत असल्याचा भास झाला आणि दुरून एक आवाज आला. जॉन मॅकलेन थांबला, तो पुढे थोडेही चालू शकला नाही. त्याला वाटलं की, त्याचा श्वासोच्छ्वासच थांबला आहे, इतका तो घाबरला होता. आता त्याला पडणाऱ्या पावलांचा आवाज स्पष्टपणे आला आणि तो आवाज स्पष्टपणे हाका मारत होता 'जॉन, जॉन!'

त्याच्या पित्याचा आवाज होता तो!

आपल्या मुलाला फार उशीर झाला व त्याला दरीची फार भीती वाटते हे माहिती असल्याने पित्यानं बाहेर जाऊन मुलाला भेटायचं, नंतर दोघांनी बरोबर दरी पार करायची ठरवलं.

त्या भयाण अंधारातून पित्याची प्रेमळ मूर्ती बाहेर आली आणि मुलाचा हात हातात घेतला. पित्याच्या बाहूंचा विळखा भोवती असल्याचा त्याला भास झाला. ती त्याच्या आयुष्यातली सर्वांत मधुर

आणि सुखद अशी जाणीव होती!

पित्याच्या त्या येण्यामुळे त्यावेळचा तो अनुभव पूर्णपणे बदलूनच गेला. जॉन मॅकनेलला नंतरच्या काळात हे आठवत असे.

'ईश्वर तुमचा पिता आहे, तो माझाही पिता आहे. दुःखाचा अंधःकार व निराशेच्या समयी आपण त्याचा आवाज ऐकू शकतो. तो न चुकता आपल्याला भेटायला येईल. आपल्याला जेव्हा जेव्हा आवश्यकता असेल, तेव्हा तेव्हा तो तिथे असेल. आपण एवढंच करायचं की, त्याच्यावर नितांत, गाढ श्रद्धा ठेवायची.'

'आपण ईश्वराला जाणणं आवश्यक आहे.' असं मी म्हणतो, तेव्हा आपण ईश्वराच्या अस्तित्वावर केवळ श्रद्धा ठेवावी, एवढंच नाही, तर तुम्ही ईश्वरत्व समजून घेणं आवश्यक आहे. तो तुमच्या जवळ असल्याचा भास झाला पाहिजे. जसा पिता, माता, भाऊ, बहीण, तुमचे मित्र आणि इतर प्रियजन जवळ असतात तसाच. तुम्ही ईश्वराशी संपर्क वाढवण्याची आवश्यकता आहे. ईश्वराशी निकटत्व वाढवण्याचा अर्थ तुम्ही दररोज मंदिर, मशीद किंवा चर्चमध्ये जाणं असा होत नाही किंवा रोज लांबलचक, न संपणारे धर्मग्रंथातले उतारे वाचणे असाही नाही. तुम्ही हे सर्व करत असलात, तरीसुद्धा तुम्ही ईश्वराशी संपर्क वाढवण्यात किंवा ईश्वराशी तादात्म्य पावण्यात अपयशी ठरता.

आमच्यापैकी कित्येकजण सकाळी काही मिनिटे प्रार्थना म्हणण्यासाठी खर्च करतात. मला माहिती आहे की, काही दुकानदार

व व्यावसायिक त्यांच्या प्रार्थना म्हणायला कधीही चुकत नाहीत. त्यांच्या मनात भीती असते की, त्यांनी जर असं केलं नाही तर, ते त्यांच्याजवळ जे काही आहे ते गमावून बसतील. म्हणून आपण रोज पहाटे प्रार्थना म्हणतो. आपले ओठ काही शब्द पुटपुटत राहतात. मात्र आपले चित्त व मन त्यापासून फार दूर असते. हे काही ईश्वराशी संपर्क साधणे नव्हे! आपण प्रार्थना म्हणतो... आपण दुकानात जातो, कामाला जातो... कचेरीत जातो... आपण आपल्या शाळा-कॉलेजमध्ये जातो... कारखान्यात शेतात जातो... आणि आपण ईश्वराला विसरून जातो. आपण आपल्याबरोबर आपल्या नियोजित कामाच्या ठिकाणी ईश्वराला न्यायलाच हवं.

प्रार्थना ही गुंतागुंतीची गोष्ट मुळीच नाही. प्रार्थना अतिशय साधी, सोपी असते. प्रार्थना करणे हे मित्राशी बोलण्याप्रमाणे असते. समजा तुमचा मित्र येणार आहे, मग हे अगदी नैसर्गिक आहे की तुम्ही तुमची स्वप्नं, इच्छा, चिंता, काळजी, मिळवलेलं यश, तुमच्या समस्या आणि मनातला गोंधळ ह्याविषयी चर्चा करून त्याला तुम्हाला मदत करायला सांगणार आहात. हे सर्व ईश्वराशी करा. तो तर सर्व मित्रांचा मित्र आहे. जेव्हा इतर सर्व मित्र दुरावतील तेव्हा तोच एकमेव सखा उरेल. तुम्ही त्याच्याशी संपर्क केव्हा व कसा ठेवाल? तो दिवसाचे चोवीस तास, रात्रंदिवस, आठवड्याचे सातही दिवस, वर्षाचे तीनशे पासष्ट दिवस उपलब्ध असतो. मदत करण्यास तर सदैव तत्परच असतो. आपण त्याची मदत कशी मिळवणार?

एक गरीब शेतकरी कष्टमय दिवसानंतर बाजारातून परत येत होता. आपल्या गाडीचं चाक खिळखिळं झालं आहे, ही गोष्ट त्याच्या लक्षात आली. शेतातल्या धान्यानं भरगच्च भरलेली त्याची गाडी जंगलाच्या अगदी मध्यभागी होती. शेतकरी खूपच घाबरलेला होता. त्या धास्तावलेल्या शेतकऱ्याने नेहमीच स्वत:जवळ बाळगत असलेल्या प्रार्थना पुस्तिकेसाठी खिसे तपासले. आज मात्र आपण ती पुस्तिका आणायला विसरलो हे पाहून त्याचा धीरच खचला.

शेवटी त्याने डोळे बंद करून अशी प्रार्थना करण्यास प्रारंभ केला, "परमप्रिय परमेश्वरा, मी फार मूर्खपणा केला. मी माझी प्रार्थना पुस्तिका घरीच विसरून आलो. त्यातील प्रार्थना माझ्या स्मरणातही नाहीत. एकही प्रार्थना नीट आठवेल असं मला वाटत नाही. म्हणून मी आता असं करतो की, सगळी मूळाक्षरे हळूहळू व वारंवार म्हणतो. ईश्वरा, तुला सगळ्याच प्रार्थना ज्ञात आहेत; तेव्हा कृपा करून योग्य तऱ्हेने अक्षरे जुळवून माझ्यासाठी योग्य प्रार्थना तयार करून घे."

ईश्वर म्हणाला, "आज मी ऐकलेली ही सर्वोत्तम प्रार्थना आहे. कारण ती हृदयातून आली आहे. ती साधी, शुद्ध, प्रामाणिक आहे."

ईश्वर तुमच्याभोवती सर्वत्र आहे, यावर तुम्ही प्रथम विश्वास ठेवायला हवा. त्याच्या दर्शनासाठी कोणत्याही विशिष्ट ठिकाणी जाण्याची काहीही आवश्यकता नाही. मंदिरात, मशिदीत किंवा चर्चमध्ये देवदर्शनाला जाणे चांगलेच. मात्र त्या पवित्र स्थळी गेल्यावरच

तुम्ही ईश्वराशी संपर्क साधू शकता असे मात्र नाही. तुम्हाला एवढंच करायंच आहे की, तुमचे डोळे मिटायचे, बाहेरचे जग बंद करायचं हृदयाची दारं उघडायची आणि त्याला उत्कट प्रेमानं आणि तीव्र इच्छेनं बोलवायचं आणि तिथं तो तुमच्याबरोबर असेल.

प्राचीन पुस्तकांमध्ये आपल्याला एक सुंदर कथा सांगितली आहे.

महाभारत युद्ध संपले होते. राजा युधिष्ठिर एक दिवस श्रीकृष्णाकडे येऊन त्याला म्हणाला, "महाराज श्रीकृष्ण, आम्ही हे मोठे युद्ध लढलो. त्यात आमच्या हातून नक्कीच अनेक पातके घडली असावीत. आम्ही तीर्थक्षेत्री आमच्या पापांचे क्षालन करण्यासाठी व त्यातून मुक्त होण्यासाठी जाणार आहोत. तुम्ही आमच्याबरोबर येणार का?"

श्रीकृष्णाने स्मित केले. त्याच्यासमोर एक मोठा कडू भोपळा होता; तो त्याने राजा युधिष्ठिराजवळ दिला व म्हणाला, "मी तुमच्याबरोबर तीर्थक्षेत्री येत नाही. मात्र माझा हा भोपळा तुम्ही तुमच्याबरोबर न्या व प्रत्येक तीर्थक्षेत्री पवित्र नद्यांचे स्नान करताना नदीत डुबकी घेताना हा भोपळा पाण्यात बुडवा. तुम्ही परत याल तेव्हा हा भोपळा माझ्याकडे परत आणा."

श्रीकृष्णाचा भोपळा सोबत घेऊन पांडव तीर्थयात्रेला गेले. प्रत्येक तीर्थक्षेत्री ते पवित्र नद्यांचे स्नान करत होते. परत आल्यावर ते श्रीकृष्णाचा आशीर्वाद घेण्यासाठी त्याच्याकडे गेले.

श्रीकृष्णाला त्यांनी वंदन केले व म्हणाले, "देवा आम्ही अनेक

तीर्थक्षेत्रांना भेटी दिल्या. अनेक पवित्र जलांमध्ये स्नानं केली. आम्हाला वाटतं, आम्ही पापमुक्त झालो आहोत.''

''मी तुमच्याबरोबर दिलेल्या भोपळ्याचं काय?'' श्रीकृष्णानं विचारलं. भोपळा श्रीकृष्णापुढे ठेवला गेला. श्रीकृष्णानं त्या भोपळ्याच्या कापून फोडी करायला सांगितल्या. सर्व पांडवांना व सभेत उपस्थित असलेल्या सर्वांना श्रीकृष्णानं भोपळ्याची एकेक फोड दिली व ती खाण्यास सांगितली. तो भोपळा पूर्वीप्रमाणेच कडू होता. प्रत्येकानं हेच सांगितले की, 'भोपळा कडू आहे.'

श्रीकृष्ण पांडवांकडे वळून म्हणाले, ''या भोपळ्याने तुमच्याप्रमाणेच अनेक पवित्र तीर्थांमध्ये डुबक्या घेतल्या, पण तो होता तसा कडूच राहिला. मग फक्त तीर्थस्नानं करून तुम्ही तुमची पापं कशी धुवून काढू शकलात?''

पांडवांना खरं ज्ञान झालं.

प्रार्थना देवाशी संवाद साधण्यापासून सुरू होतो. नंतर मात्र अशी अवस्था येते की, आम्ही स्तब्ध राहतो व तो बोलू लागतो. जोवर आम्हाला ईश्वराचा आवाज ऐकू येत नाही; तोवर आम्ही प्रार्थना मार्गावर प्रगती केलेली नाही.

जॉर्ज मुल्लर म्हणतात की, 'आमेन' म्हटल्यावरची पंधरा मिनिटे हाच प्रार्थनेचा महत्त्वाचा भाग असतो.

एक बालक झोपण्यापूर्वी हळू आवाजात प्रार्थना म्हणत होते. त्याची आई त्याला अपेक्षेने म्हणाली, ''बाळा, मला तुझा आवाज

ऐकू येत नाही.''

''पण, मी तुझ्याशी बोलत नव्हतो.'' बालक म्हणाले. त्याला माहिती होते की, तो काय करत होता? (तो ईश्वराचा आवाज ऐकत होता.)

प्रारंभी आपल्याला ईश्वराचा आवाज ऐकू येत नाही. मात्र खात्री बाळगा की, आपले शब्द तो निश्चितपणे ऐकतो. आपण त्याला पाहू शकत नसू, पण तो आपल्याला पाहतो. अंतिमत: ईश्वरप्राप्तीसाठी प्रयत्न करणाऱ्या प्रत्येकाच्या जीवनात अशी अवस्था येते की, तो ईश्वराला पाहतो व त्याचा आवाज ऐकतो. ईश्वर दिसू शकतो, त्याचा आवाज ऐकता येतो, त्याला स्पर्श करता येतो आणि अस्तित्वाची जाणीव होते. आम्ही आमच्या ज्ञानेंद्रियांद्वारे ज्या ज्या गोष्टींचे आकलन करू शकतो, त्या सर्व गोष्टींपेक्षा ईश्वर जास्त सत्य आहे. मात्र त्याला पाहण्याची व त्याचा आवाज ऐकण्याची पात्रता अंगी बाणवण्यासाठी प्रयत्नांची नितांत गरज आहे. हे प्रयत्न ईश्वराच्या दर्शनाच्या उत्कट इच्छेतून, तळमळीतून केले जावेत. श्री रामकृष्ण परमहंस म्हणतात, 'परमेश्वरासाठी तळमळणे म्हणजे एखादा कंजूष माणूस धन, सुवर्णासाठी तळमळतो किंवा प्रियकर प्रेयसीसाठी तळमळतो किंवा बुडणारा माणूस श्वासासाठी तळमळतो तसे तळमळणे.'

फक्त ठराविक प्रार्थना म्हणणं आपल्यासाठी आवश्यक नसतं. प्रार्थना उत्स्फूर्तपणे प्रेमानं भरलेल्या हृदयातून उसळून वाहिली पाहिजे. दिवसेंदिवस यांत्रिकपणे अर्पण केलेल्या प्रार्थनांच्या संचापेक्षा एखादी

टाकलेली नजर किंवा एखादा उद्‌गार जास्त स्वीकार्य असतो. प्रार्थना करताना भाव व श्रद्धा आवश्यक आहे. प्रार्थनेच्या शब्दांपेक्षाही अंत:करणातील भावभावना व प्रेमाची स्पंदन जास्त महत्त्वाची आहेत.

जगदीश नावाचा एक गरीब मजूर होता. त्याच्यासाठी जीवन म्हणजे कष्ट आणि घामाचा एक दीर्घ प्रवास होता. तो पहाटेपासून संध्याकाळपर्यंत कुटुंबासाठी खूप कष्ट करत असे. त्याचं अस्तित्व म्हणजे मोठा संघर्ष होता.

दररोज कामाला जाताना त्याच्या वाटेत एक मंदिर लागत असे. मंदिरात एक क्षण जाण्याची चैन तो करू शकत नव्हता, त्याला वेळच नव्हता. मात्र मंदिराच्या प्रवेशद्वारापुढे क्षणभर थांबून डोळे मिटून प्रार्थना करण्याची त्यानं स्वत:ला सवय जडवली होती. त्याक्षणी आपण भगवान श्रीकृष्णाच्या निकट आहोत, असं त्याला वाटत असे. श्रीकृष्ण आपल्याकडे स्मित करीत पाहत आहे, असं तो मनश्चक्षूंनी पाहत असे व ईश्वर आपल्या इतक्या समीप आहे या विचाराने तो अत्यानंदाने हळूच पुटपुटत असे, 'कृष्ण तोच जगदीश!'

रात्री उशिरा कामावरून घरी परततानाही तेच शब्द उच्चारले जायचे. मंदिर बंद असायचे, प्रवेशद्वारांना कुलपे असायची. तरीपण जगदीश क्षणभर थांबून, डोळे बंद करून, बाहेरच्या जगाशी मनाचा संपर्क बंद करून ईश्वराला त्या नेहमीच्या साध्या शब्दांनी, भक्तीने आळवत असे, "कृष्ण तोच जगदीश आहे!"

अशी अनेक वर्षं लोटली. एक दिवस जगदीशला अपघात

झाला व त्याच्या पायाचं हाड मोडलं. त्याच्या सहकाऱ्यांनी त्याच्यावर वैद्यकीय उपचार करवून घेतले. नंतर त्याला घरी आणले गेले. डॉक्टरांनी त्याला यापुढे सहा आठवडे अंथरुणावरच सक्तीची (पूर्ण) विश्रांती घेण्यास सांगितले.

जसा अंधार पडला तशी उत्स्फूर्तपणे जगदीशच्या मनात त्याच्या संध्याकाळच्या परमेश्वराबरोबरच्या भेटीची जागा व वेळ आली. आज अर्थातच ते शक्य नव्हतं. तो तर पडला होता, हलणंही शक्य नव्हतं.

थकवा व चिंतेतून मुक्त होण्यासाठी जगदीशने डोळे मिटले... थोड्या वेळात त्याच्या कानात अगदी मधुर आवाज कुजबुजला 'जगदीश- तोच कृष्ण!' जगदीशला देवदर्शनास जाणे अशक्य होते, तेव्हा ईश्वरच नियोजित वेळी त्याला भेटायला आला होता.

प्रार्थनेचा प्रकार, आकार किंवा शब्दसंपत्ती यापैकी कशाचाही ईश्वर विचार करत नाही. त्याला फक्त भावनांची उत्कटता, तादात्म्यता, गाढ श्रद्धा हेच महत्त्वाचं असतं.

विल्यम लॉ म्हणतात - परमेश्वर किती प्रार्थना आहेत ह्याचे गणित करत नाही, त्याच्या दृष्टीने आपल्या प्रार्थनेच्या अलंकारिकतेला महत्त्व नाही, प्रार्थना किती वक्तृत्त्वगुणांनी युक्त आहे, प्रार्थनेची भूमिती, त्यांची लांबी ह्यालाही महत्त्व देत नाही. कवितेतील संगीत, सुरेलपणा आणि त्यातले तर्कशास्त्र, त्या किती विधानांनी भरलेल्या आहेत, त्या क्रमबद्ध आहेत का? ह्यालाही महत्त्व देत नाही, पण प्रामाणिकपणा

भावनांची तीव्रता आणि हृदयस्पर्शी भाव यांना महत्त्व देतो.

रोज सायंआरतीला मंदिरात उपस्थित राहणाऱ्या एका कामगाराची कथा अशी आहे - तो ज्या कारखान्यात काम करत होता, तिथे त्याला एक दिवस जास्त वेळ थांबावं लागल्यानं त्याला घरी येण्यास उशीर झाला. परमेश्वराच्या भेटीची वेळ टळू नये म्हणून तो घाईने मंदिरात गेला. पाहतो तो पुजारी मंदिराच्या प्रवेशद्वारातून बाहेर पडत होता.

"आरती झाली का?" त्यानं विचारलं.

"होय." पुजाऱ्यानं उत्तर दिलं. "आरती झाली."

"अरेरे!" कामगार अतीव दुःखानं उद्गारला.

पुजारी त्याला म्हणाला, "तू हे जे उद्गार काढलेस (अरेरे!) ते मला त्या सायंआरतीच्या पुण्याच्या बदल्यात देशील का?"

त्या रात्री त्याला स्वप्न पडलं. त्याला स्वप्नात श्रीकृष्ण म्हणाले, "आज संध्याकाळी तू तोट्याचा सौदा केलास. पुजाऱ्यानं आयुष्यभर केलेल्या सर्व आरत्या एकत्र केल्या तरी त्यापेक्षा तुझे साधे उद्गार जास्त मौल्यवान आहेत."

प्रार्थना करण्यासाठी तुम्ही शिक्षित किंवा उच्चशिक्षित असण्याची आवश्यकता नाही. मदत होणे तर दूरच, पण उच्चशिक्षण प्रार्थनेतला एक अडसर बनते. रामकृष्ण परमहंस अशिक्षित होते. ते स्वतःची स्वाक्षरीही करू शकत नव्हते. तरी ते तासन्‌तास प्रार्थना, ध्यानधारणा करत असत. एखादं बालक जसं मातेशी संवाद साधते तसा सुखसंवाद

ते ईश्वराशी साधत असत.

"तुम्हाला ईश्वराचं प्रत्यक्ष दर्शन घडलं का?" त्यांना विचारलं गेलं.

"होय" रामकृष्ण परमहंस म्हणाले, "तुम्हाला मी पाहू शकतो त्यापेक्षा जास्त स्पष्टपणे."

असं म्हटलं गेलं आहे की, ज्यांना प्रामाणिकपणे ईश्वरत्व जाणून घ्यायची इच्छा आहे, अशांना दर्शन देण्यास किंवा त्यांच्याशी संवाद साधण्यास विश्वनिर्मात्या ईश्वराला, कोणत्याही प्रकारचा त्रास वाटत नाही.

ईश्वराची भक्ती करून ईश्वरत्व जाणून घेण्यासाठी कला, संगीत, धर्मग्रंथांतील तत्त्वज्ञान, धर्मसंस्कार, धार्मिक कार्ये-समारंभ या गोष्टींची काहीही आवश्यकता नाही. मात्र, पश्चात्तापाने भारलेलं शुद्ध, पवित्र, नम्र अंत:करण आणि परमेश्वराची आतुरतेने वाट पाहत असलेलं प्रेमळ हृदय यांची निश्चितच आवश्यकता आहे.

प्रार्थना म्हणजे प्रेम आणि ओढीने ईश्वराची वाट पाहणे, त्याशिवाय केवळ प्रार्थनांचे संच पुन:पुन्हा वाचण्याने आपण जास्त प्रगती करू शकत नाही.

प्रार्थना नेहमीच वेगवेगळ्या ग्रंथांतून वाचल्या जातात. त्या आपलं चित्त ईश्वराकडे आकर्षित करण्यापुरत्या चांगल्याही असतात, पण अशा यांत्रिकपणे प्रार्थना वारंवार म्हणणे ही भक्तीची पहिली पायरी होय.

एक वडील आपल्या लहान मुलाला घेऊन काही निरोप पोचवायला गेले. दुपारच्या जेवणासाठी ते दोघं एका उपाहारगृहात गेले. त्यांची जेवणाची ताटं त्यांच्या पुढे ठेवली गेल्यावर पिता पुत्राला सुचले की, "आपण शांततेने मूकपणे प्रार्थना करू."

दोघांनी प्रार्थना करण्यास सुरुवात केली. पित्याची प्रार्थना आधी आटोपली व तो मुलाची प्रार्थना आटोपण्याची वाट बघू लागला, पण मुलगा डोके झुकवून, डोळे मिटून तसाच बसला. थोड्यावेळानं त्यानं डोळे उघडले.

"ही तर खूप मोठी प्रार्थना होती. तू देवाला काय म्हणत होतास?" पिता म्हणाला.

मुलगा निरागसपणे म्हणाला, "मला कसे माहीत? ती मूक प्रार्थना होती."

आपल्यापैकी बहुतेकांच्या प्रार्थना म्हणजे परमेश्वरापुढे केलेल्या विनवण्या असतात. आमच्यासाठी काही करण्यासाठी त्याची स्तुती असते किंवा आपल्याला ज्याची गरज आहे, ते देण्याची विनंती असते.

आपल्या गरजा देवासमोर मागणेही योग्य आहे, पण अगदी प्राथमिक अवस्थेत जेव्हा प्रार्थनेच्या तत्त्वाबाबत विचार प्रगत होतील तेव्हा आपल्याला समजेल की, आपल्या खऱ्या, अंतर्गत गरजा ह्या वस्तूबद्दल, पदार्थाबद्दल नसतात, जे पदार्थ पृथ्वी देते व पृथ्वीच काढून घेते, त्याबद्दल नसतात तर सर्वांत श्रेष्ठ वस्तू स्वत:

परमेश्वराबाबत असतात.

तो एक सूज्ञ माणूस म्हणाला, 'मी अधिक महान गोष्टी करण्यासाठी शक्ती मागितली, पण मला अधिक चांगले करण्यासाठी दुर्बलता दिली गेली. सुखी समाधानी होण्यासाठी मी संपत्ती मागितली, पण मला दारिद्र्य दिले गेले, ज्यामुळे मी अधिक शहाणा होईन. लोकांकडून स्तुती करून घेण्यासाठी मी सत्ता व शक्ती मागितली, पण मला कमजोरी दिली गेली; ज्यायोगे मला देवाची गरज भासावी. मी ज्या ज्या गोष्टी मागितल्या, त्यापैकी मला काहीच मिळाले नाही. माझ्या प्रार्थनांना काही उत्तरच मिळाले नाही, असे वाटले. पण मला हेच कृपाशीर्वाद आहेत, असे वाटले.'

असं म्हटलं जातं की, मानव ही ईश्वराची आश्चर्यकारक रचना आहे. असं म्हणतात की, त्याचं हृदय एक वर्षात चाळीस लाख ठोके देतं. त्याचा रक्तप्रवाह सोळा हजार मैलांपेक्षा जास्त वाहतो. त्याच्या डोळ्यांची व कानांची रचना विलक्षण आहे. त्याचं मन व बुद्धी अद्वितीय आहेत. मात्र ह्याच सर्व गोष्टी माणसाबाबतीत सर्वोत्कृष्ट आहेत, असं नाही. माणसाला खऱ्या अर्थानं आश्चर्यकारक बनवणारी गोष्ट म्हणजे तो परमेश्वराबरोबर चालू शकतो, बोलू शकतो.

आमच्या प्रार्थनांचे उत्तर कसे मिळेल?

हाँगकाँगच्या एक भगिनी मला भेटण्यासाठी पुण्याला आल्या होत्या. त्या भारतातील दारिद्र्य, घाण, गलिच्छपणा व गोंधळ पाहून अतिशय अस्वस्थ झाल्या होत्या. त्या मला म्हणाल्या, "या देशातील लोकांचं दु:ख, दारिद्र्य व हलाखीचं जीवन पाहून माझ्या ईश्वरावरील श्रद्धेला पूर्णपणे तडा गेला आहे." खऱ्या श्रद्धेला कधीच तडा जात नाही, कधीच भंग पावत नाही. त्या स्त्रीची समस्या हीच होती की, तिच्याजवळ श्रद्धाच नव्हती.

आपल्यापैकी अनेकांचा फक्त स्वत:च्या ग्रहणशक्तीवर विश्वास असतो. जेव्हा एखादी घटना ही आपल्या ग्रहणशक्तीच्या पलीकडची घडते, जी समजत नाही, उलगडत नाही तेव्हा आपण म्हणतो की, श्रद्धेला तडा गेला. ती पूर्णपणे सर्वार्थाने कोसळली. आपण देवाला प्रार्थना करतो व आपल्याला देवाकडून त्याबद्दल प्रतिसाद मिळतो. या प्रतिसाद किंवा देवाकडून मिळालेल्या उत्तरावरच श्रद्धेची कसोटी ठरते.

अगदी साध्या शब्दांत सांगायचं तर, ईश्वर पुढील चार प्रकारांनी

आमच्या प्रार्थनेला उत्तरं देतो.

आपल्यापैकी अनेकजणांना तक्रार करण्याची सवय असते की, 'आमच्या प्रार्थनेला कधीच प्रतिसाद दिला गेला नाही.' मात्र ही गोष्ट खोटी आहे. प्रत्येक प्रार्थनेला प्रतिसाद दिलाच जातो. काही वेळा ईश्वराकडून मिळालेला प्रतिसाद जाणण्यास आम्ही असमर्थ ठरतो, ही खरी अडचण आहे.

जसं मी म्हणालो त्याप्रमाणे ईश्वर आमच्या प्रार्थनेला चार प्रकारांनी प्रतिसाद देतो.

● प्रथम गोष्ट म्हणजे, 'होय.' आम्ही काहीतरी मागण्यासाठी ईश्वराची प्रार्थना करतो आणि तो म्हणतो, "होय! प्रिय बालका, ते इथे आहे. तू जे मागतो ते मी तुला देतोय."

● दुसरे म्हणजे 'नाही.' योग्य कारणासाठी ईश्वर सांगतो, "नाही. बालका, मी तुझी प्रार्थना मान्य करत नाही."

● तिसरा मार्ग म्हणजे 'थांब'. असे सांगण्याचा अर्थ असा की, ईश्वर आपल्याला सांगतो. "आपल्याला हवं ते देण्याची योग्य वेळ आलेली नाही." म्हणून तो आपल्या सांगतो की, "जरा थांब, अद्याप वेळ आलेली नाही."

● चौथी गोष्ट, "इथे त्याहीपेक्षा अधिक चांगलं आहे." आपण एखादी गोष्ट मागतो पण देव दुसरंच काहीतरी देतो व म्हणतो, "हे काहीतरी वेगळं आहे. तू मागितलंस त्यापेक्षा अधिक काहीतरी चांगलं मला तुला द्यायची इच्छा आहे."

देवाचं उत्तर होकारार्थी असेल तेव्हा देव म्हणतो, 'होय.' या उत्तराने आपल्याला खूप आनंद होतो व देवाची स्तुती करतो. त्याला धन्यवाद देतो. त्याला प्रेमळ देव, आश्चर्यकारक देव मानतो. देवाच्या 'हो'काराने आपली त्याच्यावरील श्रद्धा अधिक दृढ होते.

मात्र 'नाही', 'वाट पहा' व 'इथे ह्यापेक्षा अधिक चांगले' ही उत्तरे आमच्या श्रद्धेची कसोटी पाहतात.

जेव्हा ईश्वर 'नाही' म्हणतो तेव्हा. ज्याची खरी श्रद्धा आहे तो विश्वास ठेवतो की, नकारार्थी प्रतिसादातही दयेचा अर्थ असू शकेल. तो स्वत:च स्वत:ला म्हणतो, "मी मागितलेली गोष्ट ईश्वराला मला द्यायची नाही याचा अर्थही ते माझ्या भल्यासाठीच असेल." डेन इंग्लो म्हणतात, "माझ्या अनेक प्रार्थनांना परमेश्वराने प्रतिसाद न दिल्याबद्दल त्याला धन्यवाद द्यायलाच मला एवढे दीर्घायुष्य मिळाले आहे."

ईश्वर आपल्या सर्वांवरच प्रेम करतो. आपल्यापैकी प्रत्येकासाठी त्याची काही खास योजना असते व ती योजना अगदी परिपूर्ण असते. आपण प्रार्थनेद्वारे ज्या गोष्टीची याचना करतो ती ईश्वरी योजनेच्या विरुद्ध असेल तर तिचं फळ दिलं जात नाही व ते निश्चितच आमच्या हिताचं असतं.

एक स्त्री म्हणाली, "माझ्या अनेक प्रार्थनांना ईश्वराने प्रतिसाद दिला नाही, म्हणून मी त्याची आभारी आहे. मी महाविद्यालयात शिकत असताना एका माणसाच्या प्रेमात पडले. मी देवाला तळमळीने प्रार्थना करत असे की माझा त्याच्याशी विवाह होऊ दे. ईश्वरानं माझं

मागणं अमान्य केलं. पुढे तो माणूस व्यसनाधीन, जुगारी, चारित्र्यहीन व दुराचारी झाला. परमेश्वर माझ्या प्रार्थनेला नाही म्हणाला. नंतर माझा विवाह माणसामधील एका नररत्नाशी झाला.''

समजा एखाद्या बालकाने आपल्या पित्याकडे आगपेटी, विष किंवा ब्लेड अशा प्रकारच्या वस्तूची मागणी केली, तर पिता त्याला त्यापैकी कोणतीही वस्तू देईल का? उलट तो म्हणेल, ''नाही बेटा, तुला त्या वस्तूंमुळे इजा होऊ शकेल म्हणून मी तुला त्या देणार नाही.''

त्याचप्रमाणे ईश्वर, दैवी सूज्ञतेने काही गोष्टी आपल्याला नाकारतो. तो कधीच चूक करत नाही. माझ्यासाठी काय चांगलं, तुमच्यासाठी काय चांगलं हे तो उत्तम प्रकारे जाणतो व जे योग्य असेल तेच देतो. आपल्यापैकी प्रत्येकासाठी त्याची स्वतंत्र योजना असते व ती अगदी योग्य अशीच असते. आपण जर त्या योजनेनुसार मागणी केली तर तो आपल्याला त्या प्रार्थनेचं फळ देतो, नाहीतर नाही.

आपली बुद्धिमत्ता मर्यादित असते. अर्ध्या घटकेनंतर आमच्याबाबतीत काय घडेल, हेही आम्ही कधीच जाणत नाही. म्हणूनच काही वेळा आपण भविष्यातील आपल्याच हानीकारक गोष्टीची मागणी करतो.

ईश्वर म्हणजे परिपूर्ण बुद्धिमत्ता. ईश्वर म्हणजे परिपूर्ण प्रेम.

तो इतका प्रेमळ आहे की, शिक्षा करूच शकत नाही आणि इतका बुद्धिमान आहे की, चूक करूच शकत नाही. म्हणून तो जेव्हा 'नाही' म्हणतो व आमच्या प्रार्थनेचं फळ आम्हाला देत नाही तेव्हा

आपण हमखास समजावं की, त्याचा नकार अंतिमत: आपल्या कल्याणासाठीच आहे.

प्लेटोची एक आश्चर्यकारक प्रार्थना आहे, "हे देवाधिदेवा मी जरी मागितल्या नसतील तरी चांगल्या गोष्टी मला दे आणि जरी मी मागितल्या असल्या तरी वाईट गोष्टींपासून मला दूर ठेव."

माझे गुरु साधू वासवानी नेहमी सांगतात, "ईश्वर त्याच्या स्वत:च्या योजना राबवण्यासाठी आमच्या योजना बिघडवतो. त्याच्या योजना नेहमी अगदी परिपूर्ण असतात. आपल्यासाठी काय चांगलं नाही हे तो त्याच्या दैवी बुद्धिमत्तेनं जाणतो व ते आम्हाला देत नाही."

काहीतरी खास मागण्यासाठी अगदी अलीकडे देवाला अर्पण केलेली प्रार्थना मला आठवते. ती मी आठव्या वर्गात असतानाची गोष्ट. माझ्या वर्गमित्रांपैकी एकाने मर्चंट नेव्हीतील 'एस. एस. डुफ्रिन'वर काम करायचं ठरवलं. त्यानं तिथं प्रशिक्षण मिळवायचं ठरवलं. मला समुद्राचं खूप आकर्षण असल्याने समुद्र हे माझं पहिलं प्रेम होतं. त्या कल्पनेनं मीही प्रभावित झालो. मी नेहमी 'सागराच्या मध्ये असेन, मी दिवसा उसळणाऱ्या सागराच्या लाटा पाहू शकेन, रात्री चंद्रप्रकाशात रुप्याप्रमाणे चमकणारं पाणी पाहू शकेन' या विचाराने मी रोमांचित व उत्तेजित झालो. मीसुद्धा एस. एस. डुफ्रिनवर रुजू होण्याचा निश्चय केला. मी माझ्या परमपूज्य मातेशी याविषयी बोललो. पण तिनं ते ऐकलं नाही. "डुफ्रिन ढ लोकांसाठी आहे."

असं ती ठामपणे म्हणाली. त्याकाळी लोक असाच विचार करत की, परीक्षेत नापास होणारी 'ढ' मुलंच मर्चंट नेव्हीत जातात. म्हणून आई मला म्हणाली, ''तू काही निर्बुद्ध नाहीस. तू बुद्धिमान विद्यार्थी आहेस. मी तुला शिक्षण सोडून डुफ्रिन किंवा इतर कोणत्याही जहाजावर रुजू होण्याची परवानगी देणार नाही.''

मर्चंट नेव्हीत रुजू होण्यासाठी मी देवाची खूप खूप प्रार्थना केली. इतकंच काय, मी काही दिवस उपतारा केला. तरी माझ्या प्रार्थनेला होकारार्थी प्रतिसाद मिळाला नाही. आज ईश्वरानं माझी प्रार्थना ऐकली नाही, यासाठी मी ईश्वराचा फार फार आभारी आहे. आपण आपल्या नाका पलीकडचं पाहू शकत नाही. आपण इतकेसुद्धा जाणत नाही की, कोपऱ्यात आपल्यासाठी काय वाट पाहत आहे. ईश्वराला मात्र सर्वत्र पाहता येतं, त्याला पुढचं मागचं सर्वच कळतं; म्हणूनच तो आपल्या काही प्रार्थनांना प्रतिसाद देत नाही.

मला भेटणाऱ्यांपैकी बरेच लोक म्हणतात, ''ईश्वर बहिरा आहे, तो आमच्या प्रार्थना ऐकत नाही.'' नाही मित्रांनो, हे खरं नाही. ईश्वर बहिरा नाही. माणसाच्या मनातील अगदी हळुवार कुजबूज, त्याच्या मानवी अंतःकरणाची स्पंदनं, तो ऐकू शकतो.

एक मुलगा जन्मतः अपंग होता. त्याचा एक पाय इतका शक्तिहीन होता की, त्याला काठी घेऊन चालावं लागे. लहानपणी त्याला त्याच्या या व्यंगाबद्दल काही खंत वाटत नसे. पण शाळेत जायला लागल्यावर त्याची उपेक्षा होऊ लागली. तो धावू शकत

नव्हता, झाडांवर चढू शकत नव्हता, खेळ खेळू शकत नव्हता, त्याची निराशा जाणून त्याच्या पित्याने त्याला एका दूरच्या गावातील प्रसिद्ध मंदिरात न्यायचं ठरवलं. असं म्हटलं जात असे की, जे त्या मंदिरात प्रार्थना करतात, त्यांच्या बाबतीत चमत्कार घडतात. अपंग, लंगडे लोक तिथे प्रार्थनेला गेले की, ते त्यांच्या काठ्या, कुबड्या फेकून देऊन स्वतंत्रपणे चालू शकत. ते पूर्णपणे बरे होत असत.

पिता-पुत्र मंदिराच्या यात्रेला निघाले. मंदिराच्या गाभाऱ्यात जाऊन त्यांनी पाय बरा होण्यासाठी तळमळीनं प्रार्थना केली. तत्क्षणी त्या मुलाला त्याच्या हृदयात एक विलक्षण अशी उष्णतेची लहर चमकल्याचं जाणवलं. त्याला वाटलं, तो खरंच बरा झाला. त्याने डोळे उघडून पाय उचलला. पाय नेहमीप्रमाणेच चेतनाशून्य आहे हे पाहून तो निस्तेज झाला.

तो आपल्या पित्याला म्हणाला, "इथं येऊन काही उपयोग झाला नाही. चला, आपण परत जाऊ या. ईश्वराने आपली प्रार्थना ऐकली नाही." तो मंदिराच्या प्रवेशद्वाराजवळ गेला तेव्हा त्याला एक विलक्षण संवेदना जाणवली. त्याला असं जाणवलं की, एक मोठा आश्वासक हात त्याच्या पूर्ण अंगावरून फिरला. तो जोराने ओरडला, "बाबा, बाबा! तुम्ही म्हणता ते बरोबर आहे. मी बरा झालो. मी बरा झालो!"

पित्यानं दचकून त्याच्या पायाकडे पाहिलं. पाय बरा झाल्याचे कोणतंच चिन्ह त्यांना दिसले नाही. आधारासाठी घेतलेली काठी

तशीच होती. "बाबा देवानं माझा पाय बरा केला नाही. माझी कुबडी नेली नाही, पण मनावर असलेली कुबडी मात्र नेली आहे. आता मला अपंग, लंगडे आहोत हे जाणवत नाही. मला आता न्यूनगंड जाणवत नाही."

प्रत्येक वेळी आपल्या प्रार्थनांना आपल्या अपेक्षेप्रमाणेचे प्रतिसाद मिळतोच असं नाही. आम्ही फुलांसाठी प्रार्थना केली, तर तो बीज पाठवतो. तो आपल्याला कष्ट आणि श्रमांची भेट देतो, ज्यायोगे आपण स्वतःच आपली फुले फुलवू शकू.

एक धार्मिक वृत्तीची स्त्री तिच्या लहानग्या भाच्याशी प्रार्थनेच्या प्रभावाविषयी बोलत होती. तो लहानगा म्हणाला, "मी माझ्या गोट्या शोधण्यासाठी मदत कर असे सांगितले तर तो माझ्या प्रार्थनेला प्रतिसाद देईल?" त्या स्त्रीने त्याला आश्वासनपूर्वक सांगितले की, देव नक्कीच तसं करेल. मुलगा म्हणाला, "मी गुडघे वाकवून आत्ता नम्रतेने प्रार्थना करू?" तिने होकार दिल्यावर मुलाने गुडघे वाकवून देवापुढे झुकून, डोळे बंद करून शांततेनं प्रार्थना केली. नंतर उठून समाधानी मनाने त्याच्या कामाला गेला.

दुसऱ्या दिवशी त्या स्त्रीनं, 'गोट्या सापडल्या का?' असं विचारलं. तिला आशा होती की, त्याच्या साध्या श्रद्धेची अशी उलटी परीक्षा होऊ नये. "नाही, माझ्या गोट्या सापडल्या नाहीत. पण ईश्वराने त्या सापडवण्याची इच्छाच नाहीशी केली." ईश्वर नेहमीच आपल्या इच्छेप्रमाणं, अपेक्षेप्रमाणं प्रार्थनांना प्रतिसाद देईलच असं नाही. पण

आमचा ईश्वरावर प्रामाणिक, एकनिष्ठ विश्वास असेल, तर त्याच्या इच्छेविरुद्ध असलेल्या आपल्या इच्छा दूर करेल.

आमच्या काही प्रार्थनांना उत्तरं देताना ईश्वर म्हणतो, "थांबा (वाट पहा)" जेव्हा तो आम्हाला सांगतो तेव्हा त्यात फार बुद्धिमत्ता असते. बारा वर्षांचा एक मुलगा त्याच्या पित्याकडे मर्सिडिझ बेंझची मागणी करतो. पित्याला मुलासाठी अशी गाडी घेणं परवडत असतं, पण उघड असलेल्या कारणांमुळे तो म्हणतो, "थांब बेटा, योग्य वेळी मी तुझ्यासाठी कार घेईन."

आमच्या प्रार्थनांच्या पैकी काही प्रार्थनांना प्रतिसाद देतेवेळी ईश्वर म्हणतो, "इथं अधिक चांगलं आहे."

कोलंबस भारताला जाण्यासाठी जवळचा रस्ता शोधायला निघाला. त्याच्या कामात यश मिळावं म्हणून त्याने ईश्वराला तळमळीची प्रार्थना केली. भारताला जवळचा मार्ग शोधणे; ह्यापेक्षा चांगल्या प्रतिसादाने त्याच्या प्रार्थनेला प्रतिसाद दिला गेला. कोलंबस जगप्रसिद्ध अमेरिकेचा शोध लावणारा झाला.

जनावरांमध्ये खूप पसरलेल्या रोगावर इलाज सापडावा, म्हणून थोर फ्रेंच शास्त्रज्ञ लुई पाश्चरने प्रार्थना केली. त्याच्या हातून यापेक्षाही अधिक महत्त्वाचा शोध लावला गेला. पिसाळलेल्या कुत्र्याच्या चावण्यामुळे होणाऱ्या भयंकर रोगावरची लस रेबीझ - त्याने शोधली. मानवाला हा शोध खूप उपकारक ठरला.

एका छोट्या व्यापाऱ्याच्या मालकीचं एक लहानसं दुकान होतं.

त्याचा धंदा काही नीट चालला नव्हता. त्याने खूप कर्जं घेतली. ज्यांनी त्याला कर्ज दिलं होतं, त्यांनी तो जिथे जाईल तिथे त्याचा पिच्छा पुरवला. तो तिरस्काराला प्राप्त झाला. हताश झाला आणि त्यानं आत्महत्या करायचं ठरवलं.

त्यानं विषाची कुपी आणली. जेव्हा तो ती कुपी त्याच्या ओठांजवळ नेऊ लागला, तेव्हा कुणीतरी दरवाजा ठोठावला. विषाची कुपी बाजूला ठेवून तो दार उघडायला गेला. दारापुढे पोस्टमन टेलिग्राम घेऊन उभा होता. त्याने टेलिग्राम घेऊन मजकूर वाचला. त्यातील मजकूर होता - "हार्दिक अभिनंदन! तुम्ही लॉटरीचे प्रथम क्रमांकाचे बक्षीस जिंकले आहे. दहा लाखाचा चेक तुमच्याकडे पाठवत आहोत."

तो माणूस अगदी विष घेण्याच्या तयारीत होता. ज्यामुळं त्याचे प्राण गेले असते. पोस्टमनने पाच मिनिटानंतर दारावर टकटक केली असती, तर फार उशीर झाला असता. पुढच्या क्षणी- आयुष्याच्या पुढच्या वळणावर आमच्यासाठी काय होणार आहे, आम्हाला माहिती नसते. ईश्वराला मात्र ते सर्व ज्ञात असतं. ईश्वर जाणतो, पाहतो, जे आपल्याला आवश्यक आहे ते देतो, जरी प्रत्येकवेळी आपल्याला हवे असलेले देत नसला तरी आवश्यक ते योग्य वेळी देतो.

काही दिवसांपूर्वी वाचलेली एक सुंदर कविता मला आठवते. त्याचा अर्थ असा की,

'मी एक नियम शिकत आहे.
त्याची मला रोज मदत होते.
ईश्वर जे घेऊन जातो,
त्यापेक्षा अधिक चांगलं काही पाठवतो.'

आमच्या प्रार्थनांना प्रतिसाद न मिळण्याची इतरही काही कारणं आहेत. त्यापैकी एक असे की, आमच्या प्रार्थना फक्त तोंडाची हालचाल असते, त्या खोलवर अंत:करणातून केल्या जात नाहीत. त्या प्रार्थना लिहिलेल्या, पण पोस्टात न टाकलेल्या पत्रांप्रमाणे असतात.

एकदा एक वृद्ध गृहस्थ मला भेटायला आले. त्यांनी रागाने तक्रार केली, "मी तुम्हाला कमीतकमी पाच पत्रं पाठवली आणि तुम्ही एकाचंही उत्तर दिलं नाही. हे कसं काय?"

मला आश्चर्य वाटलं, मी नेहमीच प्रत्येक पत्राचं उत्तर तत्परतेनं देतो. मला त्यांचं एकही पत्र मिळालं नाही. मी त्यांना तसं सांगितलं.

ते ठासून म्हणाले की, "मी तुम्हाला एक नाही, दोन-तीन नाही, तर चांगली पाच पत्रं लिहिली आहेत. त्यांनी खरोखरच पाच पत्रं लिहिली होती, हे त्यांच्याबरोबर आलेल्या त्यांच्या मुलीनं सांगितलं. पण तिनं हेही रहस्य सांगितलं की, "बाबा, तुम्ही पाच पत्रं लिहिली ही गोष्ट खरी आहे, पण ती पत्रं तुमच्या ड्रॉवरमध्ये पडली आहेत. त्यापैकी एकही पत्र तुम्ही पोस्टात टाकलं नाही."

आपल्या प्रार्थना अशा पोस्टात न टाकलेल्या पत्रांप्रमाणे असतात.

त्यांच्यात पुढे जाण्याचं सामर्थ्य नसतं. त्यामुळे त्या पुढे जाऊ शकत नाहीत. पत्रं पोस्टात पडली तरच ती योग्य व्यक्तीला मिळतात. तसेच ज्या प्रार्थना अंत:करणपूर्वक केल्या जातात त्यांची निश्चितच उत्तरं दिली जातात. आणखी एका कारणासाठी प्रार्थनांची उत्तरं दिली जात नाहीत. त्या प्रार्थनांपैकी काही इतक्या हास्यास्पद, मूर्खपणाच्या व अव्यवहारी असतात की, स्वर्गीय बुद्धिमत्ता असलेला ईश्वर अशा प्रार्थनांकडे दुर्लक्ष करतो.

काही वर्षांपूर्वी मला एका पूर्णपणे अनोळखी व्यक्तीचं पत्र आलं. त्यांनी लिहिलं होतं, "साधू वासवानी यांच्या चांगल्या कार्याबद्दल मी ऐकलं आहे. तुम्ही मला दहा लाख रुपये पाठवून मदत करा, मला पैशाची फार गरज आहे, तुम्ही मला पैसे पाठवून उपकृत केलंत, तर देव तुमचे निश्चितच कल्याण करील."

सर्वच गोष्ट इतकी हास्यास्पद होती की, ती कोणी गंभीरपणे घेणार नाही.

एका माणसाची गोष्ट अशी की, त्यानं देवाला प्रार्थना केली, "देवा मला ताबडतोब एक लाख डॉलर दे. तुझ्याजवळ असलेल्या अमर्याद व विपुल धनाच्या दृष्टीने एक लाख डॉलर म्हणजे एक सेंट. तेव्हा मला कृपया एक लाख डॉलर पाठव."

कथेत पुढे वर्णन आहे की, देवाचा आवाज आला व देवाने त्याला सांगितलं, "बाळा, मी तुला एक लाख डॉलर द्यायला तयार आहे. ते तुला एक मिनिटात दिले जाऊ शकतात. तुला एक मिनिट

थांबावं लागेल. माझ्या या अनंत, अमर्याद विश्वाचा एक मिनिट म्हणजे फक्त एक लाख वर्षं, तेव्हा फक्त एक लाख वर्षं थांब. तुला तुझे एक लाख डॉलर मिळतील.''

दुसऱ्याही एका प्रार्थनेचं उत्तर दिलं गेलं नाही. या प्रकारच्या प्रार्थना नकारात्मक विचारांनी प्रेरित केलेल्या, राग-द्वेषमूलक, दुष्ट प्रवृत्तीच्या व क्षोभ वाढवणाऱ्या असतात.

एक स्त्री आपल्या नणंदेचा फार तिरस्कार करत असे. त्या नणंदेचे भारतातून यू. एस.ला विमानाने जाण्याचे ठरले होते. तिने द्वेष भावनेने पुढील प्रार्थना केली, ''देवा कृपा करून माझी प्रार्थना ऐक. हे विमान कोसळू दे त्यात माझी नणंद मरू दे.'' परमदयाळू परमेश्वर अशा प्रकारच्या प्रार्थना ऐकतही नाही.

मॅडम चियांग कै शैक यांची माता धर्मपरायण व भक्त होती. असे म्हटले जाते की, ती रोज कित्येक तास प्रार्थना व ध्यानधारणा करत असे. जपानने चीनवर अनपेक्षितपणे हल्ला केला. मॅडम चियांग कै शैक इतक्या संतापल्या की, आपल्या मातेला म्हणाल्या, ''ममा, जपानमध्ये मोठा भूकंप होवो व त्यात जपान महासागरात बुडून नष्ट होवो'' अशी प्रार्थना कर. धार्मिक वृत्तीची माता म्हणाली, ''बेटा मी अशी प्रार्थना कशी करू शकेन? आणि देव तरी अशी प्रार्थना कशी स्वीकारेल?''

सिडनी वॉकर हा प्रसिद्ध लाइटवेट बॉक्सर चँपियन खेळाडू होता. तो एका अशिक्षित, गरीब घरात जन्मला होता. बॉक्सिंगमध्ये

प्रसिद्धी मिळण्यापूर्वी तो बूटपॉलिश करीत असे. तो बॉक्सिग स्पर्धेपूर्वी देवाला प्रार्थना करत असे, ही गोष्ट सर्वांना माहिती होती. एक दिवस त्याला विचारले, "बॉक्सिग शर्यतीला जाण्यापूर्वी तू नेहमी देवाला प्रार्थना करतोस हे खरे आहे का? जर हे खरे असेल तर तू प्रार्थना करताना काय मागणे मागतोस?"

सिडनी वॉकरने उत्तर दिले, "माझी प्रार्थना फार साधी सोपी असते. मी देवाला विनंती करतो की, ही स्पर्धा निरोगी व चांगली होवो. यात कोणालाही इजा होऊ नये."

त्याची प्रार्थना खरोखरच सकारात्मक व पवित्र भावनेने प्रेरित केलेली असे.

शेवटचा पण सर्वांत महत्त्वाचा मुद्दा असा - प्रार्थनांना श्रद्धेचे पाठबळ हवे. श्रद्धा ही प्रार्थनेची सोनेरी किल्ली आहे. तुम्ही अंत:करणपूर्वक व श्रद्धेने प्रार्थना करायला हवी. जेव्हा तुम्ही प्रार्थना संपवून उठाल, तेव्हा तुम्ही प्रार्थनेतून जे मागितलं आहे ते आधीच मंजूर झालं आहे असा खराखुरा विश्वास तुम्हाला वाटला पाहिजे.

प्रार्थनेच्या प्रतिसादाची चिन्हे किंवा खुणा दिसल्या नाहीत तरी तुम्ही विश्वास ठेवला पाहिजे की, तुमची प्रार्थना फलदायी होणार आहे. तुम्ही मागितलेले देवाने दिले आहे, या दृढ विश्वासाने तुम्ही त्याला धन्यवाद द्यायला हवेत. असे केले तरच तुमच्या प्रार्थनांना प्रतिसाद दिला जाईल.

एका संताकडे आलेल्या काही लोकांची एक मजेदार गोष्ट अशी

की, ते लोक त्या ईश्वरी संताला म्हणाले, "हे पुण्यपुरुषा, आम्हाला मदत कर! आमच्या खेड्यात भयंकर दुष्काळ पडला आहे. आम्ही प्रार्थना करतो की, तू आमच्याबरोबर देवाला प्रार्थना कर; म्हणजे तो ताबडतोब पाऊस खाली पाठवेल. आम्हाला खात्री आहे की, तू आमच्याबरोबर प्रार्थना म्हटलीस, तर नक्कीच पाऊस पडेल."

"तुम्ही केव्हा प्रार्थना करणार आहात?" त्या संताने विचारलं.

लोक म्हणाले, "अगदी आत्ता. आत्ताच, इथेच प्रार्थना करू या. देव ताबडतोब पाऊस पाडेल."

संत त्यांना म्हणाला, "तुमची देवावर श्रद्धा कुठाय? तुम्ही म्हणता की, देव निश्चितच तुमच्या प्रार्थनेला उत्तर देईल; पण त्या श्रद्धेचं चिन्ह कुठाय? तुमच्यापैकी कोणीही छत्री किंवा रेनकोट आणला नाही आणि तरी तुम्ही खात्रीने म्हणता, पाऊस येईल म्हणून!"

स्वामी विवेकानंद म्हणाले, "ईश्वराच्या कृपेनं आम्ही सात समुद्र पार करू शकतो; पण त्याची कृपा नसेल तर साधा उंबरठासुद्धा ओलांडू शकत नाही." या प्रकारची श्रद्धा आपण आपल्या आयुष्यात सतत बाळगायला हवी.

अनेकवेळा आपल्या प्रार्थनांना प्रतिसाद दिला जातो, पण तो आपल्याला ओळखता येत नाही. आपल्या कल्पनेपेक्षा व अपेक्षेपेक्षा वेगळ्याच पद्धतीनं आपल्या प्रार्थनेला प्रतिसाद दिला जातो, अशा वेळी असं होतं -

एका छोट्या मुलाचा प्रार्थनेच्या शक्तीवर नितांत विश्वास होता. तो पुन:पुन्हा प्रार्थना करत असे. एक दिवस तो त्याच्या घराच्या गच्चीवरून चालत असता उतरत्या छतावरून पाय घसरून जोरात खाली पडला. त्याने तत्काळ अंत:प्रेरणेने ईश्वराला विनवले, "देवा, मला कृपा करून वाचव. मला पकड. मला मरू देऊ नको. मला वाचव! मला धर! मला झेलून घे!"

त्याची प्रार्थना संपली न संपली तोच त्याचा पाय भिंतीबाहेर आलेल्या एका खिळ्याला अडकला त्यामुळे तो स्थिर झाला आणि म्हणाला, "देवा, तू स्वत:ला त्रास करून घेऊ नकोस. तिथे छताला एक खिळा होता, त्याने खाली पडता पडता वाचवले."

खिळा हेच त्याच्या प्रार्थनेचं उत्तर होतं, ही गोष्ट तो मूर्ख समजूच शकला नाही. त्याच्या प्रार्थनेला मिळालेला प्रतिसाद त्याला कळलाच नाही.

मला एक माणूस भेटला. तो म्हणाला, "माझा देवावर विश्वास नाही. माझा प्रार्थनेवर विश्वास नाही. मी माझ्या आयुष्यात एकदाही देवाला प्रार्थना केली नाही."

मी त्याला विचारलं, "तुम्ही तुमच्या आयुष्यात एकदाही प्रार्थना केली नाही, याची तुम्हाला पूर्ण खात्री आहे?"

क्षणभर विचार करून तो म्हणाला, "अरे हो! मला आठवतं की, मी एकदा प्रार्थना केली आहे."

"केव्हा?" मी विचारलं.

ते म्हणाले, "मी लहान मुलगा होतो. मी जंगलात माझा रस्ता विसरल्याने इकडे तिकडे भरकटून धावत होतो व मदतीसाठी ओरडत होतो. खूप घाबरल्यामुळे, भीतीमुळे मला कापरं भरलं होतं. तसाच भेदरलेल्या आणि दु:खी मनाने मी मोठ्यानं ओरडलो, "देवा, तुझे अस्तित्व खरोखरच असेल; तर कृपा करून मला इथून बाहेर पडण्याचा मार्ग दाखव."

"मग काय झाले?" मी त्याला विचारले.

"काही नाही." तो म्हणाला.

"ते शक्य नाही." मी म्हणालो, "काहीच झालं नाही असं कसं? नक्कीच काहीतरी झालं असणार. नाहीतर आज तू इथं माझ्यासमोर दिसला नसतास. त्या दैवाधीन अशा निर्णायक दिवशी तुला घरी पोचण्याचा काहीतरी मार्ग नक्कीच सापडला असेल. ईश्वरानं तुझी प्रार्थना नक्कीच ऐकली असणार."

"नाही." त्यानं स्पष्ट शब्दांत ठामपणे नकार दिला. "देव माझ्या मदतीला आला नाही. मी खूप घाबरून एका झाडाखाली नुसता रडत बसलो होतो. पण तुम्हाला सांगतो. देवाने माझं काहीच ऐकलं नाही. एक लाकूडतोड्या मात्र माझ्या मदतीला आला. तो नेहमी वेगळ्या मार्गाने जात असे. पण तो म्हणाला, "आज जंगलाच्या भागातून जाण्याची मला उत्कट इच्छा झाली, म्हणून मी आज इकडून आलो." त्याने माझा हात धरून मला जंगलाच्या बाहेर काढले. मला वाचवणारा लाकूडतोड्या होता. देव नाही."

"फक्त लाकूडतोड्या!" मी उद्‍गारलो. "देव कसा दिसावा? अशी तुझी अपेक्षा आहे. खूप मोठे पांढरे कपडे, लांब दाढी अशा माणसाची तू अपेक्षा केली होती का? तू हे ओळखले नाही का, की देवानं तुझी प्रार्थना ऐकली व तुला संकटातून सोडवण्यासाठी तो लाकूडतोड्याच्या रूपात आला?"

एका देवभक्त सत्पुरुषाला एक नुकतंच बांधण्यात आलेलं भव्य व अद्ययावत असं रुग्णालय दाखवण्यात येत होतं. या नुकत्याच बांधलेल्या रुग्णालयात अत्याधुनिक व अद्ययावत यंत्रसाधनं बसवण्यात आली होती. रुग्णांची जास्तीत जास्त चांगली काळजी घेण्याबाबतीत प्रयत्नांची पराकाष्ठा केली जात होती.

त्या आस्तिक (साधू) माणसाला एक बटण दाखवण्यात आलं, जे प्रत्येक रुग्णाच्या बिछान्याजवळ ठेवलं होतं. त्या रुग्णालयाच्या प्रमुख अधिकाऱ्याने स्पष्टीकरण दिलं की, "हे खरंच वैशिष्ट्यपूर्ण आहे. बहुतेक सर्व रुग्णालयांमध्ये रुग्णानं परिचारिका किंवा लक्ष देणाऱ्याला बोलवण्यासाठी बटण असतं. ते दाबलं की घंटी वाजते. मात्र बरेचदा ती घंटी ऐकायला येत नाही आणि जरी आली तरी काहीवेळा वेगवेगळ्या घंटींचा आवाज ऐकून कर्मचारी गोंधळून जातात. त्यामुळे काही रुग्णांची सेवा केली जात नाही. या आताच्या सोयीनुसार अगदी अशक्त रुग्णाच्या स्पर्शानेसुद्धा त्या बटणामुळे चार ठिकाणी दिवे लागत. एक परिचारिका सेवाकेंद्रात, एक त्याच्या बिछान्याच्या वर, एक व्हरांड्यात व एक वॉर्ड सिस्टर्सच्या खोलीत.

बोलावण्याला प्रतिसाद दिला गेल्यावर व रुग्णाला भेट दिल्यानंतरच ते दिवे बंद होत असत!''

तो पावन पुरुष किंचित हसला व म्हणाला, ''गरजू लोकांना मदत करण्यासाठी मानवी कल्पकतेनं फार चातुर्यपूर्ण युक्ती केली.'' त्या पुण्यपुरुषाने शेरा दिला, ''ईश्वराची योजना किती जास्त विलक्षण चमत्कारी असेल? तो नक्कीच त्याच्या सर्वांत दुर्बल बालकाचा आवाज ऐकतो. जेव्हा सगळ्यात दुर्बल हात प्रार्थनेच्या बटणाला लागतो, तेव्हा पृथ्वीवर अशी कोणतीच शक्ती नसते, जी त्या सिग्नलला (इशाऱ्यात) अडथळा निर्माण करू शकते अथवा प्रतिसादावर प्रतिबंध आणू शकते.''

प्रार्थनांचे प्रकार

प्रार्थना ही अतिशय प्रचंड शक्तीचे उगमस्थान आहे. प्रेयर हा शब्द मूळ लॅटिन शब्द प्रेरूरिअस पासून तयार झाला आहे. प्रेकॅरिअस म्हणजे याचनेपासून प्राप्त केलेला. सर्व प्रार्थना अत्यंत नम्रतेने ईश्वराला केलेल्या याचना, विनंत्या असतात.

मुळात प्रार्थना ही या विश्वातील परमेश्वराशी संभाषण करण्याची कृती आहे. प्रार्थना सर्व धर्मांचे मूलतत्त्व आहे. विल्यम जेम्स म्हणतात, 'प्रार्थना सर्व धर्मांचा आत्माच (सार) आहे. प्रार्थना ही आपल्यात असलेली शक्ती आहे आणि प्रभावी मुक्तीचे साधन आहे, जे दिनक्रम किंवा आपले आयुष्य बदलू शकते.' महात्मा गांधींनी म्हटले आहे, 'प्रार्थना प्रात:समयाची किल्ली असून संध्यासमयाचा कडीकोंयडा किंवा खिट्टी आहे.'

प्रार्थना मानव जातीच्या प्रारंभापासूनच अनेक रूपात अस्तित्वात आहे.

मी आधीच सांगितल्याप्रमाणे, प्रार्थना नेहमीच याचना करण्याशी किंवा वस्तू, मागणे मागण्याशी संबंधित आहे. प्रार्थनामार्गावर जो

वाटचालीला प्रारंभ करतो, तो आधी देवापुढे आपल्या मागण्या मांडतो. आपल्या मागण्या पूर्ण केल्या गेल्या की, आपली श्रद्धा वाढते. आपला विश्वास बसतो की, आपल्या प्रार्थनेला प्रतिसाद मिळेल. मग हळूहळू आपण आपल्या मागण्यांचे प्रमाण वाढवतो. वस्तूंची मागणी करण्यासाठी प्रार्थना करणे हे प्रार्थनेचे सर्वोत्तम रूप नाही. मात्र आमच्या मागण्या पुरवल्या गेल्या की, आमची श्रद्धा वाढत जाऊन आम्ही प्रार्थना मार्गावर पुढे वाटचाल करतो.

मागणी करण्यासाठी केलेली प्रार्थना ही विनवणी, याचना, प्रार्थना असते. आमच्यापैकी बहुतेक सर्वजण जवळजवळ रोजच अशी प्रार्थना करतात.

रामकृष्ण परमहंसांविषयी असे सांगितले जाते की, असा एक काळ होता, जेव्हा ते प्रार्थना करत, 'माते, जो माझ्या गरजा पूर्ण करण्याची काळजी वाहील अशा एखाद्या धनवानाच्या संपर्कात मला असू दे; म्हणजे मी माझा सर्व वेळ ध्यानधारणा व प्रार्थनेसाठी अर्पण करेन.'

एका संन्याशाविषयी आम्हाला सांगितले की, ते अनाथाश्रम चालवत असत. द्रव्यनिधीची कमतरता त्याला नेहमीच त्रस्त करत असे. त्याला आठवले की, राजा त्याला एक दिवस म्हणाला होता, 'तुम्हाला काही गरज असेल तेव्हा माझ्याकडे या. मी तुमच्या मागण्या पूर्ण करीन.'

संन्यासी मनात म्हणाला, 'मी सरळ राजाला भेटायला जाईन

आणि पाहीन की, तो खरोखरच माझ्या मागण्या पूर्ण करतो का?'

संन्यासी राजाला भेटण्यासाठी राजवाड्यात पोचला तेव्हा त्याला सांगण्यात आले की, 'राजा प्रार्थनागृहात आहे.' राजाच्या प्रार्थनेत व्यत्यय येऊ नये म्हणून संन्यासी प्रार्थनागृहाबाहेर शांतपणे उभा राहिला.

संन्याशानं राजानं केलेली ती प्रार्थना ऐकली. राजा म्हणाला, "देवा मला या पृथ्वीवर दीर्घायुष्य दे. माझी संपत्ती सतत वाढू दे. माझ्या राज्याच्या सीमा सतत विस्तारत राहतील असं मागणं मला मागायचं आहे. तू मला या सर्व मागण्या पूर्ण होण्याचा आशीर्वाद दे."

हे सर्व ऐकल्यावर संन्यासी तिथे एक क्षणभरही थांबला नाही. त्यानं आपली पावलं राजवाड्याच्या दारातून परत वळवली.

लोकांनी त्याला विचारलं, "तुम्ही राजेसाहेबांना भेटण्यासाठी का थांबला नाहीत? तुम्ही त्यांना मागितलेलं त्यांनी तुम्हाला दिलं असतं."

संन्यासी म्हणाला, "मला वाटलं की, राजाकडे गेलो होतो. पण तिथं गेल्यावर माझ्या लक्षात आलं की, आपण दुसऱ्या भिकाऱ्याकडे आलो आहोत. मी भिकाऱ्याकडे भीक का मागावी? राजासुद्धा रोज भीक मागण्यासाठी जातो. त्याच्या दारापुढे मी भीक मागण्यासाठी का जाऊ?"

होय, आम्ही देवापुढे नम्र प्रार्थना, याचना करायला गेलो; तर

त्यात काहीच गैर नाही.

प्रार्थनेचे प्रकार असंख्य आहेत. प्रार्थना करणारे जितके लोक आहेत तितके प्रार्थनेचे प्रकार आहेत. त्यापैकी काही प्रकारांचा आपण विचार करू या.

सर्वसाधारण प्रार्थना हा प्रार्थनेचा पहिला प्रकार. ईश्वर हा प्रेमळ, समजून घेणारा पिता आहे अशा भावनेनं त्याच्याजवळ जाणं.आपण देवाजवळ जाताना श्रद्धा ठेवली पाहिजे की, तो आपल्यावर प्रेम करतो व आपल्याला समजून घेतो. आपण दोष, अपूर्णता, दुर्बलता यांनी परिपूर्ण असतो. ईश्वर आपल्यावर पुत्रवत प्रेम करतो, तो आपल्याला समजून घेणारा पिता असतो.

सर्वसाधारण प्रार्थनेच्या बाबतीत प्रार्थनेसाठी कोणते स्थळ असावे, प्रार्थनेसाठी कोणती मुद्रा किंवा आसन असावे, याविषयी कोणत्याही अटी लादलेल्या नसतात. तुम्ही कुठेही व केव्हाही प्रार्थना करू शकता. तुम्ही बसून, उभे राहून, चालता चालताही प्रार्थना करू शकता. तुम्ही एखाद्या पवित्र धर्मग्रंथातून आपल्याला, आपल्या अंतःकरणाला भिडणारी प्रार्थना वाचू शकता. अत्यंत आवश्यक गोष्ट एकच आहे की, आपली मने आणि हृदये आपण प्रार्थनेत घालायला हवीत.

त्याला अनंत नावं आहेत. प्राचीन वैदिक मंत्र ॐ घ्या किंवा पौराणिक 'राम' हे नाव घ्या. तुम्हाला रुचेल, भावेल अशा नावाचा जप करा. त्या नावात व नामजपात प्रचंड शक्ती दडलेली आहे. तुम्ही ईश्वराच्या अनेक नावांमधलं एक नाव निवडून उच्चारू शकता.

ते परत परत घेऊ शकता. परमेश्वराला त्याच्यासाठी नव्हे; तर भक्तांच्या सोईसाठी अनेक नावांनी संबोधलं जातं, हे तर सत्यच आहे.

ईश्वराच्या नामात खरोखरच प्रचंड शक्ती दडलेली आहे - सामावलेली आहे याचा अनेकांना प्रत्यय येतो. एका स्त्रीचा पती गंभीर आजारी होता. एका उत्तम रुग्णालयात त्याला दाखल करण्यात आलं होतं व उत्कृष्ट डॉक्टर्स त्याच्यावर औषधोपचार करत होते. पत्नीला माहिती होते- परमेश्वराच्या नावाला पर्याय नाही. त्यामुळे ती पुन:पुन्हा मूकपणे आपल्या अंत:करणात 'वाहे गुरु' असे नामस्मरण करत राहिली, कारण ते तिच्या हृदयाला सर्वांत जवळचं होतं. नितांत दृढ श्रद्धेनं ती नामस्मरण करत होती. लवकरच तिचा पती अगदी चांगला बरा झाला.

होय, परमेश्वराच्या नावात ती शक्ती आहे, जी अनेक शक्तींना तुमच्या इच्छित उद्देशांकडे प्रेरित करते.

प्रार्थनेचा दुसरा प्रकार म्हणजे नकारात्मक प्रार्थना! ही प्रार्थना जेव्हा परिस्थिती असमाधानकारक असते तेव्हा 'नाही' म्हणण्यास तुम्हाला मदत करते. नकारात्मक प्रार्थनेने तुम्हाला नकारात्मक अनुभवांना 'नाही' म्हणायची शक्ती येते. आपले जीवन नकारात्मक भावनांनी जखडलेलं आहे. ही प्रार्थना भीती, द्वेष, तिरस्कार, असमाधान, अस्वस्थता अशा नकारात्मक भावना स्वीकारण्या-नाकारण्यात मदत करते. खूप लोकांनी माझ्याकडे येऊन मला सांगितले, "आम्ही

नकारात्मक विचारांचे गुलाम झालो आहोत. या नकारात्मक विचारांतून बाहेर पडण्याचा काहीच मार्ग नाही का?''

नकारात्मक प्रार्थना हा यातून बाहेर पडण्याचा मार्ग आहे. देवाला प्रार्थना करा, 'परमेश्वरा मी माझ्यातील द्वेषभावना मान्य करण्यास नकार देतो. कृपया ती वृत्ती माझ्यापासून दूर ने.'

लोकमान्य टिळकांनी आम्हाला, ''स्वराज्य हा माझा जन्मसिद्ध हक्क आहे व तो मी मिळवीनच!'' ही घोषणा दिली. आम्ही सुद्धा ईश्वराचीच मुलं आहोत. आम्हाला भीती, अभाव, तिरस्कार, शत्रुत्व, द्वेष प्रवृत्ती, वाईट इच्छा अशा सर्वच नकारात्मक भावनांपासून मुक्त होण्याचा अधिकार आहे. ईश्वराची मुलं असल्याने 'मुक्तता' हा आमचा जन्मसिद्ध हक्क व अधिकार आहे. मद्यपी जन्मभर मद्यपी किंवा जुगारी जन्मभर जुगारी राहायला नको.

एक अतिशय क्रूर, कुविख्यात दरोडेखोर खुनी होता. तो रोज रात्री बाहेर पडत असे. निरपराध प्रवाशांना अडवून, संपत्ती लुबाडून त्यांची हत्या करत असे. तो अतिशय क्रूर व दुष्ट होता.

एके दिवशी रात्री त्याने एका ऋषीला पकडले व तो त्याला मारणारच होता. ऋषीने त्याच्याकडे दयार्द्र दृष्टीने पाहून विचारलं, ''प्रिय बांधवा, आपल्या आयुष्यातील चुकांचा, पापांचा जमाखर्च देण्याचा शेवटचा दिवस जवळ येत आहे. याची तुला जाणीव आहे का?''

''कोणता जमाखर्चाचा दिवस?'' डाकू गुरगुरला.

"आपल्यापैकी प्रत्येकाच्याच जीवनात आपण केलेल्या चूक व बरोबर कृत्यांचा जमाखर्च देण्याचा दिवस येतो." ऋषीने स्पष्ट करून सांगितलं. तुला देवासमोर जाऊन तुझ्या कृत्यांचा हिशोब द्यावा लागेल. जीवनात केलेल्या प्रत्येक कृतीची योग्यायोग्यता तुला पडताळून पाहावीच लागेल. प्रत्येक कृत्याचं समर्थन तू तुझ्या जीवनात केलेल्या असंख्य चोऱ्या, हत्या यांचा हिशोब कसा काय देऊ शकशील? देवाला तू काय उत्तर देशील?

दरोडेखोर जोरानं हसून म्हणाला, "मी काही एकटा नाही. माझ्या कृत्यांचं एकट्यानं उत्तर देण्याची गरज नाही. हे सर्व काही मी माझे वृद्ध माता-पिता, माझी पत्नी व मुलांसाठी केलं. ते सुद्धा माझ्या कृत्यांचा जमाखर्च देतील."

ऋषी म्हणाले, "ठीक आहे. आताच तुझ्या पत्नीकडे जा. ती तुझ्या पापी कृत्यांच्या परिणामात सहभागी होऊन जाब देईल का विचार, तसेच तुझ्या वृद्ध माता-पित्याला व तुझ्या मुलांनाही ते तुझ्या शेवटच्या हिशोब देण्याच्या दिवशी तुझ्या बाजूने उभे राहतील का ते विचार."

दरोडेखोर ताबडतोब घरी गेला. त्यानं शांतपणे झोपलेल्या पत्नीला व मुलाला उठवले व ऋषीबरोबर झालेले संभाषण सांगून विचारले, "मी तुमच्यासाठी चोर, दरोडेखोर, खुनी झालो." तो भावनावश होऊन म्हणाला की, "मी जे काही केलं ते फक्त तुमच्या पालन-पोषण, संरक्षणासाठी; तुम्हाला अन्न, वस्त्र, निवारा देण्यासाठी

केलं. माझ्या शेवटच्या जाब-जबाबाच्या दिवशी तुम्ही याबद्दल माझ्या बाजूने साक्ष देणार की नाही?"

त्याच्या पत्नीनं त्याच्याकडे पाहून उत्तर दिलं, "तुमच्या पापाशी व दुष्कृत्यांशी आम्हाला काय करायचंय? तुम्ही असं म्हणता की, आमचा सांभाळ करण्यासाठी तुम्ही दुष्कृत्यं केली; पण आम्ही तुम्हाला लूटमार किंवा हत्या करायला कधीच सांगितलं नाही. मग आम्ही तुमच्या शेवटच्या दिवशी तुमच्या बाजूनं साक्ष का द्यायची? तुमच्या सर्व कृत्यांची संपूर्ण जबाबदारी तुमची एकट्याचीच आहे. आम्ही तुमच्या पापाचे वाटेकरी होणार नाही. ते सर्व तुमच्या एकट्याच्या माथी येईल." त्याच्या माता-पित्याची व मुलांचीही हीच प्रतिक्रिया होती.

भ्रमनिरास झालेला दरोडेखोर ऋषीकडे आला व त्याच्या पायावर लोटांगण घालून म्हणाला, "देवमाणसा, मला वाचव." गयावया करत तो विनवू लागला, "माझ्या कृत्यांचा मलाच जाब द्यावा लागेल. त्या शेवटच्या झाडाझडतीच्या दिवशी मी देवाला सामोरा कसा जाऊ ते सांग व त्याला विनंती कशी करू, त्याच्या दयेला पात्र होण्यासाठी मी माझ्या कृत्यांविषयी कसा युक्तिवाद करू, कसे स्पष्टीकरण देऊ? सांग, कृपा करून सांग."

ऋषीनं त्याला नकाराची प्रार्थना शिकवली. त्याने सांगितलं, "प्रिय बंधू, तू ह्यानंतर प्रत्येक मोहाला नकार द्यायला शिकायला हवे. यापुढं तुझ्या मनात उद्भवणाऱ्या प्रत्येक प्रबळ अशा दुष्ट विचाराला

तू नकार द्यायला शिकायला हवं. तुझ्या मनातील सर्व दुष्ट-दुराचारी विचारांना नष्ट करून दुष्कृत्यांचा शेवट करण्यासाठी तू नकारात्मक प्रार्थनेचा सराव करायलाच हवा.''

असं म्हणून ऋषीनं त्याला आशीर्वाद दिला व त्याला एक मंत्र देऊन त्या मंत्राचा जप करायला सांगितलं, ''या मंत्राच्या जपानं तुझं मलीन झालेलं चित्त शुद्ध केलं जाईल, बर्फापेक्षाही जास्त शुभ्र म्हणजेच पवित्र होईल.'' असं ऋषीनं आश्वासन दिलं.

पूर्णपणे बदललेला व हृदयपरिवर्तन झालेला डाकू ध्यानमग्न झाला. त्याला दिलेल्या नामाचा जप करू लागला. जगाविषयीच्या सर्व विचारांचा त्यानं त्याग केला. तो तहान-भूक व देहाच्या गरजांकडेही दुर्लक्ष करू लागला. त्यानं स्वत:ला त्या दैवी शक्ती असलेल्या नामस्मरणात स्वत:ला झोकून दिलं.

नकारात्मक प्रार्थनेच्या शक्तीमुळे एक दुष्ट व गुन्हेगार माणूस गुणधर्म बदलून द्रष्टा ऋषी झाला.

तुम्ही विशाल आयुष्य जगणं अभिप्रेत आहे, तुम्ही मानव जातीचं कल्याण करणं अभिप्रेत आहे. तुमच्या आत्म्याला छोटे करणारे अनुभव असतील तर तुम्ही नाकारले पाहिजेत.

नकारात्मक प्रार्थनेनंतर तुम्ही सकारात्मक प्रार्थना करायला हवी. त्याला होकारात्मक प्रार्थना म्हणावं. प्रत्येक नकाराला तुम्ही होकाराची जोड द्यायला हवी. तुम्हाला काय नको आहे, हे कळलं की, तुम्हाला काय हवं आहे, ह्याचा विचार करायला हवा. मी एका स्त्रीविषयी

वाचलं- ती आपल्या मुलांच्या जीवनाच्या सुरक्षिततेच्या भीतीनं सतत झपाटलेली होती. मुलं शाळेत गेली की, ती शाळेतून घरी येईपर्यंत ती चिंताग्रस्त व निराश राहत असे. प्रत्येकवेळी मुलं रस्ता ओलांडू लागली की, ती श्वास रोखून धरत असे, अगदी जरी त्यांच्याबरोबर अनेक लोक असले तरी.

कोणीतरी तिला म्हणालं, "तू सकारात्मक प्रार्थना का करत नाही?"

"सकारात्मक किंवा होकारार्थी प्रार्थना म्हणजे काय, ते मला माहित नाही." स्त्री म्हणाली.

त्या मित्रानं तिला सकारात्मक-होकारार्थी प्रार्थनेविषयी सर्व काही सांगितलं. ती सतत आपल्या मुलांसाठी चिंताक्रांत असे. तिला पुढील प्रार्थना पुन:पुन्हा करायला सांगितली, "परमेश्वरा माझी मुलं तुझ्या दैवी संरक्षणात आहेत. मला त्यांच्याविषयी मुळीच भीती किंवा चिंता नाही. मी सर्व भीती सोडली आहे, कारण मी माझी मुलं सुरक्षित हाती सोपवली आहेत. ती जिथं कुठं असतील त्या प्रत्येक ठिकाणी प्रत्येक वेळी तू त्यांची काळजी घेतोस, हे मला पूर्णपणे माहित आहे. माझ्या मुलांचं संरक्षण करण्यासाठी कृपया माझे धन्यवाद स्वीकार कर."

अत्यंत अतार्किक भीतीवर तिनं होकारात्मक प्रार्थनेनं पूर्णपणे विजय मिळवला.

एका जहाजाचा कप्तान असलेला एक खलाशी मद्यपानाला

बळी पडलेला होता. तो नेहमीच मद्याच्या नशेत चूर असायचा. त्यानं जर स्वत:ला सुधारलं नाही तर त्याला कामावरून काढून टाकण्याची धमकी दिली होती.

त्यानं एक सकारात्मक प्रार्थना निवडली. रोज त्या प्रार्थनेद्वारे तो सकारात्मक मागणं मागत असे. "मी ईश्वरी कृपेनं बरा झालो, सुधारलो. ईश्वराच्या मदतीनं, कृपेनं मी माझ्या वाईट सवयींचा त्याग करेन."

त्याचं बळ वाढल्यावर तो मद्य घेण्याचा मोह टाळू लागला. तो अशी प्रार्थना करू लागला की, "ईश्वराचा कृपाशीर्वाद असल्यानं मी पूर्ण बरा झालो आहे. आता मी मद्यपी नाही."

लवकरच तो दिवस उगवला जेव्हा त्यानं पिणं बंद केलं आणि विषाप्रमाणे दारूला वर्ज्य मानू लागला.

सकारात्मक किंवा होकारार्थी प्रार्थनेत अशी शक्ती आहे.

प्रार्थनेचा चौथा प्रकार म्हणजे मौन प्रार्थना. ध्यानधारणा-प्रार्थना करणे होय. अशा प्रार्थनेनं आपण आपल्यातच असलेल्या शांतीमध्ये प्रवेश करतो. प्रार्थनेचे काही शब्द घेऊन आत्म्याच्या शांत, नि:शब्द अवस्थेत जाऊन प्रार्थनेच्या शब्दांचा उच्चार करून कधीकधी गंभीर, गहन अर्थाकडे जातो. त्या प्रार्थनेत आम्ही आमचं देहभान, बेचैनी, संवेदना सर्व काही विसरून ईश्वराशी तादात्म्य पावतो. ह्या प्रार्थनेला बसल्यावर तुम्हाला नवचैतन्य, नवी शक्ती आल्यासारखं ताजं, टवटवीत झाल्यासारखं वाटतं. अशा प्रकारे दिवसभरात केव्हातरी

शांत मौन, प्रार्थना, ध्यानधारणा करणं आपल्यापैकी प्रत्येकासाठी अत्यंत आवश्यक आहे. सर्व थोर धर्मवेत्ते, मानवतावादी संत यांनी नेहमी मौन, प्रार्थना व ध्यानधारणा केली.

आपण बुद्धाचा विचार करू या. गौतमबुद्ध प्रात:काळी ब्राह्ममुहूर्तावर शांतपणे बसून ध्यानधारणा करत असत. ती फार खोल असे. असं म्हणतात की, ते त्यांच्या या ईश्वराशी तादात्म्य पावतानाच्या गूढ अवस्थेत आजारी, दरिद्री, दु:खी, पीडित लोकांपर्यंत मनानं पोहोचत असत. ते श्रीमंत लोकांच्याही संवेदना जाणत असत. श्रीमंत लोकांच्या अंत:करणात ते जात, ज्यायोगे त्यांनी धनाच्या थैल्या खुल्या कराव्यात आणि गरीबांच्या सेवेसाठी खर्च करावा.

जीझसला विचारात घ्या. ते दिवसाचा वेळ शिकवण्यासाठी व रुग्णसेवेसाठी देत. पण रात्री टेकडीच्या उतारावर शांत जागा शोधून मौनपूर्ण ध्यानधारणा करून ईश्वराशी तादात्म्य पावत असत.

गुरु नानकांचं उदाहरण ध्यानात घ्या. ते पुन:पुन्हा एका झाडाखाली शांत बसून नेहमीच ध्यान-तपस्या करत. त्याचवेळी त्यांच्या मुखातून पवित्र व धार्मिक 'बाणी' बाहेर पडत असे. 'गुरुबाणी' गीते आजही अनेकांच्या विचारांचं पोषण करतात.

जर या थोर संत व धर्मवेत्त्यांना शांत मौन प्रार्थनेची अत्यावश्यकता वाटते, तर मग त्यांच्या पावलावर पाऊल टाकणं आमच्या दृष्टीनं किती जास्त महत्त्वाचं असेल!

स्तुती करणारी प्रार्थना जितके वेळा करता येईल तितकी करायला

हवी. जरी प्रार्थना आमच्या दु:खाच्या व संकटाच्या वेळी मदत करण्यासाठी असली तरी, मनात ईश्वराचाच विचार करणे, त्याच्या अमर्याद प्रेमाचं, शाश्वततेचं, सर्वश्रेष्ठत्त्वाचं चिंतन करणं आणि अनंत सामर्थ्याची स्तुती करणं श्रेष्ठ आहे. प्रत्येक धर्माच्या धर्मग्रंथात अशा स्तुतीप्रार्थना आहेत.

विष्णू सहस्त्रनामात प्रत्येक नाव विष्णूची स्तुती करणारे व त्याचे असंख्य गुण निर्देशित करणारे आहे. तो पुरुषोत्तम म्हणजे परिपूर्ण म्हणून पूजला जातो. त्याचे 'भयकृत भयनाशन:' (तो भय निर्माण करतो आणि नष्टही करतो) असे वर्णन आहे.

स्तुती म्हणून परमेश्वराच्या विशेषणं व नामांचे पठण त्याच्या स्वर्गीय सामर्थ्यावर मन केंद्रित करण्यास मदत करतं. त्यामुळे आपलं मन शुद्ध, पवित्र होते आणि बुद्धी मार्गी लागते.

ह्या प्रकारचा कृतज्ञ प्रतिसाद विशेषत: संकटसमयी खऱ्या अर्थानं उद्धार करणारा असतो.

माझ्या प्रिय गुरुमहाराजांनी साधू वासवानी यांनी आम्हाला एक स्मरणीय प्रार्थना दिली. तिचा भावार्थ असा...

समुद्र फार विशाल आहे, माझी नाव छोटी आहे.
माझी तुझ्यावर श्रद्धा आहे; तूच माझे सर्वस्व आहेस.

मी तीनच शब्दांच्या एका जादुई प्रार्थनेची शिफारस करतो, ती फार सोपी आहे.

"धन्यवाद देवा" "धन्यवाद देवा" "धन्यवाद देवा"

जर आपण त्याच्यासाठी ईश्वराला धन्यवाद देऊन त्याची स्तुती केली, तरच जे काही आपल्या बाबतीत घडतं ते आशीर्वादात रूपांतरित होतं. स्तुती प्रार्थना ही स्वीकार प्रार्थनाही असते, ती धन्यवाद देण्याची, दयेची प्रार्थना असते.

अबु उस्मान एक दिवस रस्त्याने जात असता कोणीतरी बाल्कनीतून त्यांच्या अंगावर राख फेकली. ती राख, कचरा - त्या देवमाणसाच्या डोक्यावर पडल्याने त्यांचे सहकारी, अनुयायी खूप चिडले. ते राख फेकणाऱ्या माणसाला शिवीगाळ करणार, त्याआधीच अबु उस्मान आपल्या सोबत्यांना म्हणाला, "शांतता बाळगा, मित्रांनो अग्नी चेतविण्याची शक्ती असणाऱ्या ईश्वरानंच त्याची राख होऊ दिली, यासाठी आपण त्याला धन्यवाद देऊ या."

ईश्वराचे स्तवन, स्तुतिगान करणारी प्रार्थना आम्हाला विनाशक, नकारात्मक, दुष्ट विचार इत्यादी भावनांवर विजय मिळवण्यास व संकटकाळी सकारात्मक वृत्ती अंगी बाणवण्यास मदत करते. व संकटमय परिस्थितीचा सामना करण्याची अंतर्गत शक्ती देते.

एका अपघातात माझ्या मित्राने एक डोळा गमावला. त्याला रुग्णालयात नेण्यात आले. डोळा गमावल्यामुळे त्याची भरून न येणारी मोठी हानी झाली होती. अशा प्रसंगी त्याला सहानुभूती दाखवण्यासाठी त्याचे अनेक मित्र दवाखान्यात भेटायला गेले. त्यांना दिसलं की तो नेहमीप्रमाणे आनंदी आहे.

भेटीला आलेल्या लोकांनी याविषयी आश्चर्य व्यक्त केले तेव्हा तो म्हणाला, "मी माझा एक डोळा शाबूत ठेवल्याबद्दल ईश्वराला धन्यवाद देतो. दोन्ही डोळे असताना मी जे जे पाहू शकत होतो ते या एका डोळ्यानेही पाहू शकतो. अपघातात माझे दोन्ही डोळे गमावणं सहजशक्य होतं. मात्र ईश्वरानेच माझा एक डोळा वाचवला.

या अशा अपघातानं दुसरा एखादा माणूस अतिशय दु:खी झाला असता, ज्या दु:खाचा त्याला स्पर्शही झाला नव्हता."

एका स्त्रीचा पती आजारी पडला. त्याची स्थिती गंभीर होती. त्याच्या खालावत चाललेल्या प्रकृतीमुळे त्याचा इलाज करणारे डॉक्टर निराश होत चालले होते. त्यांनी त्या स्त्रीला "तुमचा पती सहा महिन्यांपेक्षा जास्त दिवस जिवंत राहू शकणार नाही." असे सांगितले.

ती स्त्री प्रचंड श्रद्धाळू होती. त्या दिवसापासून तिनं देवाला रोज धन्यवाद द्यायला सुरुवात केली. "धन्यवाद देवा. धन्यवाद देवा." ती पुन:पुन्हा प्रार्थना करू लागली. "धन्यवाद देवा माझ्या पतीची काळजी घेतल्याबद्दल, धन्यवाद देवा त्याला बरं करण्याबद्दल आणि त्याला पुन्हा पूर्णपणे सामान्य करण्याबाबत मला आधार देण्याबद्दल, आमच्याजवळ राहण्याबद्दल धन्यवाद."

तिच्या आजारी पतीच्या प्रकृतीत सुधारण्याचे काहीच चिन्ह दिसत नसतानासुद्धा ती ही प्रार्थना करतच राहिली.

आश्चर्य म्हणजे काही महिन्यानंतर तिचा पती तपासणीसाठी

गेला, तेव्हा डॉक्टर्स आश्चर्यचकित झाले. त्याच्या प्रकृतीतील अनपेक्षित सुधारणा पाहिल्यानंतर चमत्कार वाटून ते म्हणाले, "आमच्यापेक्षाही श्रेष्ठ व आमच्या पलीकडची एक कोणतीतरी अद्‌भुत शक्ती ह्या कार्यात आहे."

आपण कोणत्याही व कशाही अवस्थेत असो, कितीही कष्ट असोत किंवा संकटाच्या स्थितीतून जात असलो तरी आपण देवाला धन्यवाद द्यायलाच हवेत. त्यामुळे आमचे हृदय विशाल होते आणि देवाच्या सहाय्यक, बरे करणाऱ्या शक्तीचे ग्रहण करण्याची क्षमता आपल्यात येते.

मृत्युशय्येवर असणाऱ्या एका वृद्धाने अंत्यसमय जवळ आलेला पाहून आपल्या एकुलत्या एक पुत्राला जवळ बोलावून त्याच्या जवळ एक पिशवी दिली. ती पिशवी धनानं काठोकाठ भरलेली होती. तो मरणासन्न वृद्ध पुत्राला म्हणाला, "तू जोवर मी सांगितलेले चार जादुई शब्द म्हणत राहशील तोपर्यंत ही पिशवी काठोकाठ भरलेलीच राहील." मुलाच्या कानात ते शब्द पुटपुटल्यानंतर पित्यानं शेवटचा श्वास घेतला.

आता पित्याच्या मृत्यूच्या दुःखामुळे असो किंवा अलौकिक भेट मिळाल्याच्या आनंदाश्चर्याच्या धक्क्यानं असो तो मुलगा पित्यानं सांगितलेले ते जादुई शब्द विसरला. त्या मिळालेल्या पिशवीचा चांगला उपयोग केला. पिशवी जवळजवळ रिकामी होईस्तोवर तो त्यातील धन काढून त्याचा उपभोग घेत राहिला. धन संपत आल्यावर

तो दु:खी व निराश होऊन पित्याने सांगितलेले ते चार जादुई शब्द आठवण्याचा प्रयत्न करू लागला. पण ते शब्द त्याला जणू हुलकावणी देत होते; आठवतच नव्हते. त्याने अनेक जाणकारांशी, मित्रांशी, नातलगांशी संपर्क साधून याविषयी विचारविनिमय केला. प्रत्येकानं वेगवेगळ्या सूचना दिल्या.

एकाने सुचविले, "हे परमेश्वरा मला आशीर्वाद दे!" असे नुसते म्हण. त्याने तसे केले पण पिशवी भरली नाही. दुसऱ्या व्यक्तीने सुचविले, "ही पिशवी पुन्हा भरो!" या शब्दांचा प्रयोग करून पहा. त्याने तसं केलं, पण त्याचाही काही उपयोग झाला नाही. पिशवी रिकामीच राहिली. मंदिरात जाऊन त्याने पुजाऱ्याशी चर्चा केली. पुजाऱ्याने त्याला सांगितले, "ब्रह्म सत्य, जगत् मिथ्या" हे शब्द म्हणत रहा. त्याने हाही प्रयत्न केला, पण ती पिशवी जशी होती तशी रिकामीच राहिली.

एका किरकिरीत अंधकारमय, खिन्न तिन्हीसांजेला मुलगा खिन्न व उदास मनाने बसला. स्वत:च्या निष्काळजीपणाने त्याने स्वत:ची शक्ती उधळून लावली.

त्याने पिशवीत नजर टाकली त्यात काही चांदीची नाणी शिल्लक होती. तेवढ्यात त्याने दाराच्या बाहेरून येणारी दुबळ्या व खोल आवाजातील हाक ऐकली.

एक भुकेला निस्तेज भिकारी हातात कटोरा धरून मोठ्या आशेनं म्हणत होता, "मी भुकेने मरत आहे. कोणी मला काही देईल का?"

त्या मुलाने मागचा पुढचा विचार न करता (त्या) मौल्यवान पिशवीतील शेवटची मौल्यवान वस्तू असलेलं चांदीचं नाणं त्या भिकाऱ्याला दिलं.

भुकेला भिकारी चांदीचे नाणे मिळताच अत्यानंदानं ओरडला, "देवा मी तुला धन्यवाद देतो"

उत्तेजित होऊन मुलाने स्वत: जवळजवळ उडीच मारली.

"हे देवा मी तुला धन्यवाद देतो." हे चार जादूमय शब्द माझ्या पित्यानं मला का शिकवले 'धन्यवाद तुला ईश्वरा' त्यानं परत म्हटलं.

त्यानं ते शब्द पुन्हा उच्चारल्यावर ती पिशवी त्याच्या पित्यानं दिली होती तशी काठोकाठ भरायला सुरुवात झाली.

हे चार शब्द आमच्यासाठीही जादुई असू शकतात. आम्ही ते वारंवार म्हटले तर आमच्या दैनंदिन जीवनात चमत्कार घडताना दिसतील.

एका माणसाने त्याच्याजवळ जे काही भंगार होतं, त्यापासून धंदा सुरू केला. त्याचा धंदा लवकरच भरभराटीला आला. पण काही दिवसांनी त्याचा वाईट काळ आला व तो दिवाळखोर झाला.

त्याच्या या दुर्भाग्याच्या काळात त्याने एक गोष्ट केली, जी आपल्यातले फार कमी लोक करू शकतात. त्याने एका कागदावर आजही त्याच्या मालकीच्या असलेल्या वस्तूंची यादी तयार केली. काळजी घेणारं प्रेमळ कुटुंब, सुदृढ शरीर, कार्यतत्परता, हुशारी, तरतरीत मन, नेहमी त्याच्या मागे उभे राहणारे मित्र व हितचिंतक,

ह्या सर्व वर्षांमध्ये त्याने निर्माण केलेले संपर्क आणि संघटना, धंद्यात त्याला पूर्वी आलेला अनुभव, त्यामुळे कुशाग्र झालेली बुद्धी इ.

अशी जर आम्ही आम्हाला मिळालेल्या आशीर्वादांची मोजदाद केली तर आमचं दुःख दूर हटेल.

जर आपण प्रत्येक दिवसाची सुरुवात व शेवट स्तुती व धन्यवादपूर्ण प्रार्थनेनं केली व प्रत्येक अपघाताच्या प्रसंगी देवाचे स्तवन करून आभार मानले आणि सभ्यता, सुसंस्कार, नम्रता, कृतज्ञता हे गुण अंगी बाणवले तर 'जीवन' हे फार मोठे वरदान ठरेल आणि दुःख पूर्णपणे नाहीशी होतील.

मध्यस्थ प्रार्थना ही निश्चितच इतरांसाठी केलेली प्रार्थना असते. आपण ज्यांच्यावर प्रेम करतो, आपण ज्यांना ओळखतो, ज्यांना आपल्या प्रार्थनेमुळे ईश्वराची कृपा प्राप्त करण्याची आवश्यकता असते, अशा सर्व लोकांसाठी आम्ही देवाला प्रार्थना करून त्यांच्यावर कृपा करण्यासाठी साकडं घालतो. सर्व माणसं एकमेकांचे बंधुभगिनी असल्याने इतरांच्या कल्याणासाठी प्रार्थना करणं ही जगातील सर्वांत स्वाभाविक गोष्ट आहे. जगात सुख नांदावं हा हेतू त्यामागे असतो. वेदातील एक सर्वोत्कृष्ट प्रार्थना सर्व विश्वावर देवाच्या आशीर्वादाचा कृपावर्षाव करते.

'सर्वे जनः सुखिनो भवन्तु।'

मध्यस्थ म्हणून सर्व लोकांनी सुखी व्हावे म्हणून केलेल्या

प्रार्थनेत आपण सोडून एक किंवा अनेक व्यक्तींचा अंतर्भाव असतो. याचा अर्थ निश्चितच असा आहे की आपण आपले अंत:करण आपल्या संकुचित स्वकेंद्रित, स्वार्थी, मर्यादित विचारांच्या विरुद्ध वळवतो. ती भावनिक शक्ती वाचते आणि दुसऱ्यासाठी केलेली प्रार्थना अधिक शक्तिशाली होते.

आपण सर्वांनीच मध्यस्थ म्हणून करण्यात येणाऱ्या प्रार्थनेसाठी निदान काही वेळ द्यायला हवा. या अनिश्चिततेच्या जीवनात आमच्या प्रिय व्यक्तीला आमच्या मध्यस्थ म्हणून केलेल्या प्रार्थनेची कधी गरज पडेल हे आम्हाला कधीच कळत नाही किंवा आम्हाला स्वत:साठी इतरांच्या अशा प्रार्थनेची कधी गरज पडेल हेही सांगता येत नाही म्हणून सर्वांनीच मध्यस्थ प्रार्थना प्रकाराला काही प्रमाणात वाहून घ्यावं.

ईश्वरभक्तीला जीवन समर्पित केलेले अनेक लोक विश्वातील दुष्टप्रवृत्ती कमी व्हावी व मानवतेच्या समस्या कमी व्हाव्यात, म्हणून प्रार्थना करतात.

इतर काही लोक विश्वशांतीसाठी व दूरवर असलेल्या प्रिय व्यक्तींच्या कल्याणासाठी प्रार्थना करतात.

मध्यस्थ म्हणून केलेल्या प्रार्थनेत फार मोठी शक्ती आहे. सकारात्मक, सहानुभूतीपूर्ण विचार प्रचंड कंपने निर्माण करतात, ती मध्यस्थाचे अद्‌भुत कार्य करतात.

साधू वासवानी यांना बालपणीच हे जग दु:खानं भरलेलं आहे

असं दिसलं. त्यांना माहिती होते की, लोकांच्या दु:खीकष्टी जीवनासाठी ते स्वत: काहीच करू शकत नाही. पण कोणीतरी एक असा होता ज्याच्यासाठी काहीच अशक्य नव्हते. प्रार्थनेतून ते त्याच्यापर्यंत पोहोचू शकले. जेव्हा ते कोणालाही दु:खी वेदनामय अवस्थेत पाहत तेव्हा ते एका कोपऱ्यात शांततेनं बसून त्याच्यासाठी प्रार्थना करत.

एक दिवस त्यांची माता वरनदेवी त्यांच्याशी त्यांच्या एका नोकरी गमावलेल्या निकटच्या नातलगाविषयी बोलल्या. त्या माणसावर पत्नी व मुलं यांची जबाबदारी होती व त्याच्याजवळ काहीही शिल्लक नव्हती. ते कुटुंब फार कठीण अवस्थेतून जात होते. 'त्याला जर एखादी छोटी वीस रुपये महिना पगाराची नोकरी मिळाली तरच ते कुटुंब जगू शकेल' आई म्हणाली.

त्या दिवशी रात्री साधू वासवानींनी गच्चीवर जाऊन डोळे मिटून त्या संकटात सापडलेल्या कुटुंबाला साहाय्य करण्यासाठी ईश्वराजवळ मन:पूर्वक प्रार्थना केली, 'देवा त्याला फक्त महिना वीस रुपये पगाराच्या नोकरीची गरज आहे.' साधू वासवानी सतत सात दिवस अशी प्रार्थना करत राहिले.

सातव्या दिवशी आईनं येऊन सांगितलं की, त्यांच्या त्या नातलगाला बरोबर वीस रुपये महिना पगाराची नोकरी मिळाली.

आई आपल्या मुलाला म्हणाली, "देवानं तुझी प्रार्थना ऐकली. भविष्यात जर मला कशाची गरज पडली तर मी तुझ्या पित्याकडे न जाता तुझ्याकडेच येईन."

मुलगा आपल्या आईला म्हणाला, “नाही आई! आम्ही दोघेही देवाची प्रार्थना करू. माणसाला ज्या ज्या गोष्टीची गरज भासते ते सर्व काही देणारा तोच निधी आहे. देवाचं भांडार कधीच रिकामं नसतं व रिकामं होतही नाही.”

इतरांनी आमच्यासाठी केलेल्या मध्यस्थ प्रार्थनांमुळे आमची स्वत:ची ईश्वरावरील श्रद्धा अधिक दृढ होण्याचे अनेक प्रसंग असू शकतात. त्यासाठी आम्ही आमच्या मित्रांना व प्रियजनांना आमच्यासाठी मध्यस्थ प्रार्थना करायला सांगू शकतो.

ज्याच्यासाठी प्रार्थना करायची त्याचं नाव घेऊन, “या अमुक व्यक्तीवर देवाची कृपा करावी.” असे वारंवार म्हणत राहणे हा मध्यस्थ म्हणून प्रार्थना करण्याचा सर्वांत साधा व सोपा मार्ग आहे. ही साधी सोपी प्रार्थना काम करता करता, चालता-चालता घरकामात व्यग्र असताना मनातल्या मनात म्हणू शकता.

मध्यस्थ प्रार्थनेनं आपली आत्मिक उन्नती होते, कारण ती आपल्याला स्वार्थाकडून व्यापक अशा इतरांच्या उपयुक्ततेकडे नेते. त्यामुळे दयाभावना वाढते आणि आपल्या जीवनाचे रूपांतर मदत व आधाराच्या स्रोतामध्ये होते.

संपूर्ण शरणागती हा प्रार्थनेचा कदाचित सर्वांत अवघड प्रकार होय. अशा प्रार्थनेत आमच्या श्रद्धेची पूर्णपणे कसोटी लागते. अशा प्रार्थनेद्वारे आमच्या आशा, भीती, जगण्याची तीव्र इच्छा या सर्व ईश्वरेच्छेच्या स्वाधीन कराव्या लागतात. “माझ्या नव्हे तर तुझ्या

इच्छेप्रमाणे कर'' असं देवाला आळवावं लागतं. अशा संपूर्ण शरणवृत्तीने आमच्यापैकी किती लोक त्याची प्रार्थना करू शकतात?

हिंदू तत्त्वज्ञानातील विशेषत: विशिष्टाद्वैत विचारसरणी ईश्वराच्या चरणकमलांवर संपूर्ण शरणागत होण्यावर भर देते. भगवद्गीतेत श्रीकृष्ण सांगतात की,

> 'सर्व धर्मांचा त्याग करून तू मला एकट्याला शरण ये, सर्व पाप वेदनांपासून मी तुला मुक्त करेन, तू दु:ख करू नकोस (काळजी करू नकोस.)'

तोंडानं काहीतरी स्तोत्रं किंवा नाम पुटपुटत राहण्याला शरणागतीची प्रार्थना मानत नाहीत. शरणागती ही अंत:करणाची एक खास वृत्ती आहे. त्यासाठी संपूर्ण, परिपूर्ण कुठलीही अट नसलेली श्रद्धा हवी. आपल्यापैकी कितीजण अशी श्रद्धा ठेवू शकतात?

एका दूरवरच्या राज्याची राणी धर्मनिष्ठ व देवभक्त म्हणून ओळखली जात असे. तिची छोटी राजकन्या एकदा फार आजारी पडली. त्या राज्यातील सर्वोत्कृष्ट डॉक्टरांना तिच्यावर औषधोपचार करण्यास सांगण्यात आले; पण उत्तम औषधोपचार मिळूनही राजकन्येची प्रकृती हळूहळू ढासळतच चालली होती.

जेव्हा राणी आजारी राजकन्येची काळजी घेत होती आणि तिचे रडणे, कुजबुजणे, ह्याकडे लक्ष देत होती तेव्हाही रात्रंदिवस देवाची प्रार्थना करत होती. ''देवा माझ्या बाळाला मदत कर. तुझा रोगमुक्त

करणारा स्पर्श तिला होऊ दे आणि तिची प्रकृती सुधारू दे.''

पण राजकन्या काही बरी झाली नाही. उलट दिवसेंदिवस तिची प्रकृती खालावतच चालली. डॉक्टरांनी तिच्या जिवंत राहण्याची आशा सोडली व 'यापेक्षा आम्ही या मुलीसाठी अधिक काही करू शकत नाही.' असे राणीला संगितले.

त्याच दरम्यान एक साधू राजवाड्यात आला. त्याने राणीला सर्वांत गुणकारी अशी शरणागतीची प्रार्थना करण्यास सुचवले.

''शरणागतीची प्रार्थना म्हणजे काय?'' राणीने विचारले.

साधूने सांगितले, ''तू तुझ्या राजकन्येला पूर्णपणे ईश्वराच्या स्वाधीन कर. राजकन्येचे काय करायचे ही त्याची मर्जी व त्याचीच जबाबदारी असेल. तू स्वत:च्या वतीनं काही मागू नकोस. '' राणीने गुडघे टेकवून ईश्वराला अत्यंत व्याकुळतेने व अनन्य शरणवृत्तीने प्रार्थना केली, ''देवा हे बाळ यापुढे माझं नाही. ती पूर्णपणे तुझीच आहे. मी तिला पूर्णपणे तुझ्या स्वाधीन करते. तुझ्या मर्जीने तू तिच्याबाबतीत काय करायचे ते कर.''

आपल्याच पोटच्या गोळ्याबद्दल 'ही मुलगी माझी नाही, तुझी आहे' असे म्हणताना तिच्या नेत्रांतून अश्रुधारा वाहत होत्या. लोक अनेक वस्तूंचा त्याग करू शकतात, पण स्वत:च्या रक्तमासातून जन्मलेल्या मुलाचा त्याग कधीच नाही.

राणीनं खूप प्रयत्नपूर्वक व दृढ निश्चयानं ही शरणागतीची प्रार्थना केली. राजकन्या बेशुद्धावस्थेत गेली असतानासुद्धा राणी पुन:पुन्हा

'ही बालिका माझी कन्या नाही तर तुझीच आहे. मी तिला तुझ्या स्वाधीन करते. तू तुझ्या इच्छेप्रमाणे कर.' असे देवाला विनवत होती.

हळूहळू ते बाळ बरे झाले. डॉक्टरांनी जिच्या बाबतीत ती जिवंत राहण्याची आशाच सोडली होती, ती मुलगी काही काळात पूर्णपणे बरी झाली. अक्षरश: मरणोन्मुख अवस्थेतून ती मुलगी बरी झाल्याचा चमत्कार पाहून सर्व डॉक्टरांना आश्चर्य वाटलं.

शरणागतीच्या प्रार्थनेने प्रत्येकच्च प्रसंगी बरं करण्याचा चमत्कार होतो, असं मात्र नाही.

साधू वासवानींच्या कार्याला जीवन समर्पित केलेला एक निष्ठावान स्वयंसेवक बंधू मुंबईत राहत असे. तो बरेच दिवस आजारी होता व त्याला खूपच शारीरिक वेदना होत होत्या. त्याची पत्नी व मुलगी निराशेनं त्याच्या जवळच बसून होत्या. त्याचं वेदनांनी तळमळणं त्या दोघींना पाहवेना. त्या माझ्याकडे आल्या व त्यांनी त्याला मदत करण्याची विनंती मला केली.

मी सौम्य व मृदू भाषेत त्यांना सांगितलं की, "तुम्ही सतत त्याच्याजवळ बसू नका." मी त्यांना शरणागत प्रार्थनेविषयी सांगून त्यांच्या प्रिय व्यक्तीला देखभालीसाठी व काळजी घेण्यासाठी देवाच्या स्वाधीन करा असे त्यांना समजावून सांगितले.

त्या दोघींनी अत्यंत निष्ठेनं व अनन्यशरणतेनं देवाची प्रार्थना केली. त्यांनी त्यांच्या प्रिय व्यक्तीची काळजी पूर्णपणे ईश्वरावर सोपवली. त्या व्याकुळतेने म्हणाल्या, "तुझ्या इच्छेप्रमाणं त्याचं

काय करायचं ते कर.''

त्या माणसाची अवस्था हळूहळू सुधारली. त्याला शुद्ध आली. त्याला बोलता येऊ लागलं. आता त्याला मरणाचा धोका नव्हता. मात्र त्याला पुन्हा असह्य वेदना सुरू झाल्या.

काही दिवसांनी त्याला भेटण्यासाठी त्या दोघी आल्या, तेव्हा त्यांच्या वृत्तीत लक्षणीय बदल झाला होता. त्या पूर्वी निराश व मायेच्या-ममत्वाच्या बंधनात होत्या. आता त्यांच्या चित्तवृत्ती घडेल ते स्वीकारण्यास तयार झाल्या होत्या. देवानं त्यांच्या मनात हळूहळू बदल घडवून आणला होता. आपल्या प्रिय व्यक्तीला यापुढे जास्त त्रास व वेदना सहन कराव्या लागू नयेत, असं आता त्यांना वाटत होतं. त्यांनी आपल्या जिवलग माणसाला ईश्वराच्या स्वाधीन केलं होतं व त्यांची मनं ईश्वरेच्छा शिरोधार्य मानायला तयार झाली होती. त्यानंतर लवकरच त्या माणसाचा शांतपणे मृत्यू झाला.

या उदाहरणावरून तुम्ही पाहिले की, शरणागत प्रार्थनेचा परिणाम चमत्कार होण्यात झाला नाही, पण आणखी चांगला परिणाम झाला. मात्र चित्तवृत्तीत बदल होऊन जे घडेल ते स्वीकारण्याची शक्ती वाढली. शरणागत प्रार्थनेमुळे ईश्वरेच्छेनं सर्वांसाठीच चांगलं केलं.

तुम्ही ईश्वराला मागणे मागणं; सकारात्मक, नकारात्मक, स्तवन, मध्यस्थ किंवा शरणागती अशा कोणत्याही स्वरूपात प्रार्थना करू शकता. प्रार्थनेची अशी भिन्न रूपे असली; तरी तुम्ही तीन मार्गांनी किंवा तीन पद्धतींनी प्रार्थना करू शकता.

१. मौखिक प्रार्थना : ही प्रार्थना देवदेवतांची शब्दांत वर्णन केलेली चरित्रे, स्तवने कंठस्थ करून किंवा मोठ्याने वारंवार पारायणं करून केली जाते. अशा प्रकारच्या अनेक प्रार्थना, स्तोत्रं, नामावल्या सर्व धर्मांच्या ग्रंथांमध्ये आमच्यासाठी ग्रंथित केलेल्या आहेत. अशा मौखिक प्रार्थना आमचे मन देवाकडे केंद्रित करण्यास मदत करतात. परमेश्वराकडे जाऊ इच्छिणाऱ्या साधकाच्या दृष्टीने ती चांगली सुरुवात असते.

२. मानस प्रार्थना : मानस प्रार्थना ईश्वराचे चिंतन करून मनातल्या मनात म्हटली जाते. ईश्वराचे वास्तव्य, अस्तित्व आपल्यातच आहे, ही वृत्ती या प्रार्थनेत अंतर्भूत असते व ही मानस प्रार्थना चित्त केंद्रित करण्यास योग्य असते. मात्र ती करण्यासाठी चंचल मनाला इकडे तिकडे न भटकता ईश्वराकडे केंद्रित करण्याचं प्रशिक्षण दिलंच पाहिजे. हा एक सुंदर आध्यात्मिक अनुभव असतो.

मानस प्रार्थना करताना प्रत्येकानं स्वतःच्या चित्तवृत्ती शांत, स्थिर करणं आवश्यक आहे; तरच ईश्वरत्वाशी चित्त तादात्म्य पावू शकेल.

३. आध्यात्मिक प्रार्थना : हे प्रार्थनेचे सर्वश्रेष्ठ रूप आहे. या प्रार्थनेने ईश्वराशी एकरूप झाल्याची अनुभूती येते. काही लोकांना या त्यांच्या ध्यानावस्थेत साक्षात परमात्म्याचं दर्शन घडण्याचं दुर्मीळ अद्‌भुत भाग्य लाभतं. ही अनुभूती अत्यंत गूढ व अवर्णनीय आहे. या प्रार्थनेने आत्म्यात वैश्विक जाणीव निर्माण होते व अल्पवेळ का

होईना साधकाला सत्, चित्, आनंद, खरे शाश्वत सुख यांची अनुभूती येते.

तुम्ही प्रार्थनेच्या कोणत्या प्रकाराची निवड करायची, हे महत्त्वाचे नाही. ईश्वराला तुमच्या गरजा समजतात व तो तुमच्या साहाय्यासाठी नेहमीच तुमच्याजवळ असतो. प्रार्थना कदाचित बाह्यस्थिती बदलू शकत नसतील, पण त्या तुमच्या चित्तवृत्तीत निश्चितच परिवर्तन घडवून आणतात. बाह्यात्कारी स्थिती तशीच असेल, पण तुमच्या चित्तवृत्तीत परिवर्तन झाल्यावर बाह्य वस्तू, परिस्थिती महत्त्वाची राहत नाही.

प्रार्थना कशी करावी?

प्रार्थनेसाठी प्रत्येकजण आपली स्वतःची पद्धत अवलंबितो. कारण आपल्या प्रत्येकाच्या अंगी काही दैवी शक्ती असते. तीच आम्हाला प्रार्थनेचा मार्ग शोधण्यासाठी मार्गदर्शन करते. मात्र आम्ही कुठेतरी केव्हातरी प्रार्थनेच्या-भक्तीच्या मार्गावर वाटचाल करायला सुरुवात करायलाच हवी.

प्रार्थना करताना सर्वांत पहिली महत्त्वाची गोष्ट म्हणजे, जिथे आपण एकटे असू व आपल्या कामात कोणी व्यत्यय आणणार नाही; अशी घरातील एक शांत जागा निवडायला हवी. टेलिफोनच्या घंटीचासुद्धा व्यत्यय यायला नको. महत्त्वाचा निरोप घेणं वगैरेसुद्धा त्या वेळेपुरतं टाळावं. कोणत्याही व्यक्तीमुळे किंवा इतर कशामुळे तुमच्या प्रार्थनेत व्यत्यय येणार नाही; याची खबरदारी घ्यावी.

प्रार्थनेसाठी सर्वोत्तम वेळ कोणती? असा कोणी प्रश्न केला तर, मी असे म्हणेन की, अगदी पहाटेची शांत व पवित्र वेळ प्रार्थनेसाठी सर्वांत चांगली. कारण तेव्हा वरून पवित्र कंपने येत असतात. काही

लोक दिवसभराची सर्व कामं आटोपून थोडी उसंत मिळेल, अशी शांत-निवांत संध्याकाळची वेळ प्रार्थनेसाठी योग्य समजतात. काही लोकांना वेळेची निवड करण्याची संधी नसते; म्हणून ते मिळेल त्या वेळी प्रार्थना करतात. काही वेळा तर नोकरी व्यवसायाला किंवा इतर कामाला रस्त्याने जाता जाता किंवा बस-रेल्वेमध्येही लोक प्रार्थना करतात. त्यामुळे वेळेच्या बाबतीत कोणतेही बंधन असण्याची आवश्यकता नाही. मात्र आम्ही आम्हाला शक्य होईल तेव्हा कुठेही, केव्हाही प्रार्थना करायलाच हवी.

आमच्या बसण्याच्या पद्धतीचा आमच्या मनावर निश्चितच बरा वाईट परिणाम होतो. म्हणून प्रार्थनेला बसताना तुमच्या शरीराची अवस्था, तुमची बैठक आरामदायक, तणावविरहित हवी. आपले डोके, मान, पाठ सरळ रेषेत असावे. प्रार्थनेच्या वेळी आपण जमिनीवर आसन टाकून बसावं किंवा एखाद्या आरामदायी खुर्चीवर बसावं.

प्रथम आपलं शरीर स्वस्थ होणं आवश्यक आहे आणि सर्व तणाव नाहीसे झाले पाहिजेत. तणाव, काळजी, चिंता, उदासीनता सर्व जाऊ द्या. जरा आरामात रहा. तुमचं मन आणि हृदय शांत होऊ द्या. काही वेळा स्वस्थता आणि श्वसनाचे व्यायाम एकाग्रतेला मदत करतात.

एक-दोन मिनिटे जाणीवपूर्वक शांत व स्वस्थ बसून मन प्रार्थनेसाठी तयार करा. देव तुमच्यातच आहे, अशी भावना मनात बाळगा. या

जाणिवेत पुन्हा एक-दोन मिनिटे शांत बसा. डोळे बंद करून आपल्या अवतीभोवतीच्या विश्वाचे विचार मनातून काढून टाका. त्या परमेश्वराला अंत:करणपूर्वक साद घाला. अत्यंत प्रेमाने आणि मनापासून आता तुम्ही तुमची प्रार्थना सुरू करू शकता.

प्रथम तो परम कृपाळू परमेश्वर तुमच्यावर पितृवत् प्रेम करतो, म्हणून तुमच्या प्रार्थनेत त्याचे अत्यंत आदरपूर्वक व कृतज्ञतापूर्वक आभार मानावेत. अत्यंत तळमळीनं, व्याकुळतेनं तुम्ही त्याची प्रार्थना करावी.

"देवा आभारी आहे. देवा, मी तुझा अत्यंत ऋणी आहे. माझ्या अंगी संशय, द्वेष, असूया, मत्सर, क्रोध, तिरस्कार, असे अनेक अवगुण असूनही, माझ्या चुका, मर्यादा, उणिवा यावर पांघरूण घालून तू माझ्यावर प्रेम करतोस. देवा, मी तुला पूर्णपणे शरण येतो. तू माझ्यात चांगलं परिवर्तन घडवून आण. तू माझ्या चारित्र्याला योग्य वळण दे. मला आकार दे म्हणजे माझ्यासाठी लाजिरवाणं होण्याची वेळ तुझ्यावर येणार नाही."

आता गेल्या चोवीस तासांत तुम्ही केलेल्या कामांचा आढावा घ्या. तुमच्याच लक्षात येईल की, करायला हव्यात अशा अनेक गोष्टी तुम्ही केलेल्या नाहीत व करायला नकोत अशा अनेक गोष्टी केल्या आहेत. न केल्याने व केल्याने निर्माण होणारी पापं केली आहेत. या सर्व कृत्यांचा विचार करून तुम्हाला योग्य ते करण्याची व अयोग्य ते न करण्याची शक्ती व बुद्धी देवाकडे मागा.

ईश्वराकडे क्षमायाचना करताना एक गोष्ट लक्षात असू द्या की, तुम्ही स्वत: क्षमाशील असायला हवं. तुमचे अपराध करणाऱ्यांना तुम्ही माफ करायला हवं. तुम्ही स्वत: तुमच्याबाबतीत वाईट कृत्यं करणाऱ्यांना, तुमचं शोषण करणाऱ्यांना, तुमच्याविषयी कुंभाडे रचणाऱ्यांना, तुमचा गैरवापर करून घेणाऱ्यांना तुम्ही माफ करू शकलात तरच तुम्ही देवाच्या क्षमेस पात्र ठरता. तुम्ही त्यांना माफ करा म्हणजे देव तुम्हाला क्षमा करेल.

एक गोष्ट लक्षात घ्या की, कालच्या चुका कालशी संबंधित होत्या. आज तुम्ही एक नवीन माणूस आहात. देवानं तुम्हाला क्षमा केली आहे. तुम्ही स्वत:ला क्षमा करायला हवी. ती केल्यावर तुम्ही थेट देवाशी संपर्क साधू शकता. आता तुम्ही तुम्हाला जे हवं ते देवाला मागू शकता.

खऱ्या प्रार्थनेत तुम्ही योग्य क्रमानं पुढं जायला हवं. देवाकडे आध्यात्मिक शक्ती मागा, नंतर मानसिक व भावनात्मक स्वास्थ्य मागण्यासाठी प्रार्थना करा. त्यानंतर तुमच्या शरीर स्वास्थ्यासाठी प्रार्थना करा. शेवटी तुमच्या भौतिक गरजांसाठी प्रार्थना करा.

माझ्या मित्रांनो, प्रार्थना करा, प्रार्थना करा; पण त्यांची पार्श्वभूमी तुमचे आयुष्य तुमची रोजची कृती असावी. ती प्रार्थना जर तुम्ही आयुष्य हे रणांगण असल्याची भूमिका घेऊन केलीत आणि तुमचे मन जर तुम्ही अर्पण केलेल्या प्रार्थनेला साक्षी नसेल तर तुम्ही ढोंग्यापेक्षा काही वेगळे नाही. परमेश्वराला कृती हवी असते, आयुष्य

हवे असते, शब्द नको असतात. तर देव सांगेल तसं आपलं आचारण हवं. मी थोर इंग्रज कवीच्या शब्दांत समारोप करतो की, "जो पशू, पक्षी, प्राणी व माणसावर सारखेच उत्कट प्रेम करतो, त्याची प्रार्थना सर्वोत्कृष्ट असते."

यात्रेकरूची प्रार्थना

तेव्हा देवा मला वर दे!
जेव्हा मी तीर्थयात्रेच्या
मार्गाने जाईन, तेव्हा मला
आश्चर्य भरलेल्या नेत्रांनी
सौंदर्याचा शोध घेऊ दे!
आणि प्रत्येक दिवशी
मी एक विनम्र कार्य करेन,
माझ्या इथल्या भावाचे तिथल्या
बहिणीचे ओझे ह्या जीवनाच्या खडतर
मार्गावर उचलेन!
प्रत्येक दिवशी मी प्रार्थना करावी :
उन्हात, पावसात
आनंदात, वेदनेत
लाभ आणि हानीत
तुझ्या इच्छेनुसार मी तुझी प्रार्थना करत रहावी!

माझे तुझ्यावर प्रेम आहे

देवा मी तुझ्यावर प्रेम करतो!
मला तुझ्यावर आणखी जास्त प्रेम करायचं आहे!
मला जगातल्या कुठल्याही गोष्टीपेक्षा
जास्त तुझ्यावर प्रेम करायचं आह!
माझे मन विमनस्क असताना, नशेत
असतानाही मला तुझ्यावर प्रेम करायचे आहे!
तुझ्या चरणकमलांचे विशुद्ध प्रेम, भक्ती मला दे,
आणि मला असा आशीर्वाद दे की,
मायेने भारलेल्या जगात मी वाममार्गाला लागू नये!

देवा मी माझ्या प्रियतमाला गमावले!

देवा मी माझ्या एका जिवलगाला गमावून बसलो!
माझ्या जीवनापेक्षाही तो मला प्रिय होता.
त्याला माझ्याकडून अचानक हिरावून घेतलं गेलं.
त्याच्याशिवाय मला फार एकटं व हरवल्यासारखं वाटतं.
मृत्यूमुळे झालेल्या या हानीच्या प्रसंगी,
मी माझा जिवलग गमावून बसलो तरी,
तू माझ्या बरोबर आहेस.
फक्त तेच मला हवं आहे.
देवा, तू माझ्याबरोबर राहा!

परीक्षाभवनाकडे जाताना

देवा,
मी जरी पाठ्यक्रमाचा खूप काळजीपूर्वक अभ्यास केला तरी
माझे हृदय भीतीने भरले आहे!
देवा मनाची निराशा म्हणजे
अर्धी लढाई गमावणे.
निराशा म्हणजे विनाकारण मन:शक्ती जाळणे.
निराशा म्हणजे काही काळ
मला माहिती असलेल्या गोष्टी विसरणे.
देवा मला निराश न होण्यासाठी मदत कर!
परीक्षाभवनाकडे जाताना माझ्या मनावर व ओठांवर
हे प्रार्थनागीत असू दे... ...
सागर विशाल आहे:

त्यात माझी नाव मोडकी,
मात्र माझा तुझ्यावर विश्वास आहे.
आणि सर्व चांगले आहे
माझी परमेश्वरावर निष्ठा असो,
सर्व उत्तम आहे, उत्तमच असेल!

मुलाखत देताना

देवा, मला जी मुलाखत द्यायची
ती श्रद्धेने देता यावी!
प्रश्नकर्त्याच्या मनातही तुझाच वास आहे,
तू उत्तर देणाऱ्याच्याही मनात आहेस.
मी फक्त एक प्रेक्षक, साक्षीदार आहे!
मला हा मजेचा 'खेळ' बघू दे!
निकाल तुझ्याच मर्जीनं लागेल.
देवा, मग मी काळजी, चिंता का करावी?

मोहाच्या क्षणी

देवा, मोहाच्या क्षणी,
मी पूर्णत: असहाय होतो.
मला दिसून येते की, माझी कोणीही मदत करू शकत नाही-
ना पिता ना माता,
ना बंधू ना भगिनी,
ना पुत्र ना कन्या,
ना मित्रसखा ना साथीदार.
या सर्वार्थाने असहाय अवस्थेत
मी 'तुला' शरण जातो!
मी स्वत:ला तुझ्या स्वाधीन करतो!
तूच माझी शक्ती, माझा आधार, माझं अस्तित्व!
तूच माझा पिता-माता, माझं सर्वस्व!
तू मला प्रेमबाहूत ठेवतोस,
तूच माझी दैवी माता;
तुझी शक्ती माझ्यातून वाहते आहे!

तुझ्या शक्तीने मी उभा राहतो आणि
त्यायोगे मी प्रत्येक संघर्ष, मोहाला
मी सामोरा जातो
आणि विजयी होतो.
सर्व विजय हा माते तुझाच आहे!

जय जय जय जगदंबा

■ ■ ■

चला जाणून घेऊ या!

मंत्रसामर्थ्य

लेखक

विजय कुमार

अनुवाद

गायत्री सेवक

जीवनात बदल घडवून आणण्याचे सामर्थ्य मंत्रांमध्ये आहे हे तुम्हांला माहित आहे का ? हे पुस्तक मंत्रशक्ती आणि मंत्रांचे महत्व अतिशय सोप्या भाषेत आपल्यापर्यंत पोचवते. मंत्रांचा अर्थ समजून घेण्यासाठी हे पुस्तक अवश्य वाचा आणि तुमचे जीवन अधिक अर्थपूर्ण बनवा.

चला जाणून घेऊ या!

परमार्थ

लेखक

आर. एन. लखोटिया

अनुवाद

डॉ. वृषाली पटवर्धन

हे पुस्तक म्हणजे तुमचा छोटेखानी मित्रच. आयुष्यातल्या अनेक प्रकारच्या अडचणींवर मात करण्यासाठी मदतनीस ठरू शकतील असे काही व्यावहारिक मंत्र-तंत्र यात दिले आहेत.

निराशा आणि एकाकीपणाच्या काळात तणावमुक्त होण्यासाठी काय करावे यासाठी काही उपाय तुम्हाला यात मिळतील. सर्वांत महत्त्वाचे म्हणजे आयुष्यात ताण-तणावांना सामोरे जाताना पारमार्थिक, अध्यात्मिक प्रवृत्तीमुळे कसे परिवर्तन घडून येऊ शकते,

हे हा मित्र तुम्हाला सांगेल!

चला जाणून घेऊ या!

योगविद्या

लेखक

ललिता शर्मा

अनुवाद

मंगेश कश्यप

योगशास्त्र ही भारतीयांनी विश्वाला दिलेली अमूल्य अशी देणगी आहे. या शास्त्रात मानवाच्या सर्वांगीण आरोग्याचा तसेच शुचिता, सबलता व मन:शांतीचा सखोल विचार केला आहे. या पुस्तकात योगशास्त्रातील शारीरिक, मानसिक स्वास्थ्य टिकवण्यासाठी व कार्यक्षमता वाढवण्यासाठी उपयुक्त अशा विविध आसनांची आकृत्यांसह माहिती दिली आहे. तसेच प्रत्येक आसनाचा उपयोग व कोणत्या आजारात कोणती आसने करावीत याचे पध्दतशीर विवेचन केले आहे. या पुस्तकातील साध्या सोप्या पध्दतीने सांगितलेल्या आसनांचा अंगिकार केल्याने आपल्या कित्येक तक्रारी नाहिशा होतील व आपली कार्यक्षमताही वाढेल अशी खात्री वाटते.